சலனமின்றி மிதக்கும் இறகு

பிரியா பாஸ்கரன்

டிஸ்கவரி பப்ளிகேஷன்ஸ்
எண்: 9, பிளாட் எண்: 1080A, ரோஹிணி பிளாட்ஸ்
முனுசாமி சாலை, கே.கே.நகர் மேற்கு,
சென்னை - 600 078. பேச: 99404 46650

சலனமின்றி மிதக்கும் இறகு (கவிதை)
ஆசிரியர்: பிரியா பாஸ்கரன்©
Salanamindri Midhakkum Iragu (Poem)
Author: Priya Baskaran©

முதல் பதிப்பு: July - 2022
வெளியீட்டு எண்: 0167
Print in India
Pages - 160
ISBN: 978-93-94762-28-2
Rs.180

Publisher • Sales Rights

Discovery Publications
No. 9, Plot,1080A,
Rohini Flats, Munusamy Salai,
K.K.Nagar West, Chennai - 78.
Tamilnadu, India.
Mobile: +91 99404 46650

Discovery Book Palace (P) Ltd
No. 6, Mahaveer Complex,
Munusamy Salai, K.K.Nagar West,
Chennai-600 078.
Ph: (044) 4855 7525
Mobile: +91 87545 07070

discoverybookpalace@gmail.com
WWW.DISCOVERYBOOKPALACE.COM

இந்த நூலில் பிரசுரமாகியுள்ள எந்த ஒரு பகுதியையும் பதிப்பாளரின் எழுத்துபூர்வமான முன்அனுமதி பெறாமல் எடுத்தாள்வதோ, மறுபிரசுரம் செய்வதோ, மொழியாக்கம் செய்வதோ, அச்சு மற்றும் மின்னணு ஊடகங்களில் மறுபதிப்பு செய்வதோ, காப்புரிமைச் சட்டப்படி தடை செய்யப்பட்டுள்ளது. இந்த நூலிலிருந்து குறிப்பிட்ட பகுதிகளை மேற்கோள் காட்டி புத்தக விமர்சனம் செய்ய, ஊடகங்களுக்கு மட்டும் அனுமதி உண்டு.

உங்கள் மொபைல் போனிலிருந்து ஸ்கேன் செய்து டிஸ்கவரி புக் பேலஸின் மொபைல் ஆப்பை டவுன்லோடு செய்து, புத்தகங்களை வாங்குங்கள்.

சமர்ப்பணம்

"மூவா முதலா உலகம் ஒரு மூன்றும் ஏத்த
தாவாத இன்பம் தலை ஆயது தன்னின் எய்தி
ஓவாது நின்ற குணத்து ஒள் நிதிச் செல்வன் என்ப
தேவாதி தேவன் அவன் சேவடி சேர்தும் அன்றே"

என எப்பொழுதும் அருகனைச் சரணடையும்
எனது அன்புத் தந்தை ஆசிரியர் திரு. ம.அருகதேவன்
அவர்களுக்கு...

நன்றி

இந்திரன், க.அம்சப்ரியா,
இரா.பூபாலன், அமிர்தம் சூர்யா,
ஆண்டன்பெனி, தாமரைபாரதி,
சோலைமாயவன், அறவொளி,
கவிஜி, ஆரூர் தமிழ்நாடன்,
ஸ்ரீவத்ஸா, பெரியூர் நெய்க்காரன்,
செந்தில்குமார் பழனிச்சாமி, அன்றிலன்,
மு.வேடியப்பன், லதா குமார்,
லார்க் பாஸ்கரன்...

கணையாழி, இனிய உதயம், கொலுசு,
படைப்பு கல்வெட்டு, படைப்பு தகவு,
சொல்வனம், வல்லினச் சிறகுகள்,
கொக்கரக்கோ, புன்னகை, காற்றுவெளி,
பேசும் புதியசக்தி, சொல்நதி...

பொள்ளாச்சி இலக்கிய வட்டம்,
படைப்புக் குழுமம்,
வலைதமிழ்.காம்,
முகநூல் நண்பர்கள்,
மற்றும்
வலைப்பூ நண்பர்கள்.

பிரியா பாஸ்கரன்

காஞ்சிபுரம் அருகில் வெம்பாக்கம் என்ற கிராமத்தில் பிறந்தவர். கடந்த இருபது வருடங்களாக வட அமெரிக்கா, மிச்சிகன் மாகாணத்தில் உள்ள பொது நிறுவனமொன்றில் மேலாளராகப் பணியில் இருக்கிறார். கணவர், இரண்டு மகன்கள், ஒரு மகள் என அமெரிக்காவில் வசிக்கின்றனர்.

சங்க இலக்கியம், மரபு இலக்கியத்தில் ஆர்வமும் ஈடுபாடும் கொண்டவர். மரபுக் கவிதைகளின் மேலுள்ள ஈடுபாட்டால் வெண்பா பயிற்சிப் பட்டறை நடத்துகிறார். சேலம் தமிழ் இலக்கியப் பேரவையின் 'பாரதியார் விருது', படைப்புக் குழுமத்தின் 'சிறந்த படைப்பாளி விருது', தமிழ்நாடு முற்போக்கு கலை இலக்கிய மேடையின் 'வளரும் படைப்பாளர் விருது', வல்லினச் சிறகுகளின் 'மகாகவி ஈரோடு தமிழன்பன் கவிதை 80' ஆகிய விருதுகளைப் பெற்றுள்ளார்.

இரண்டு கவிதைத் தொகுப்புகள் 'நினைவில் துடிக்கும் இதயம்', 'காற்றின் மீதொரு நடனம்' வெளி வந்துள்ளன.

இப்போது, 'சலனமின்றி மிதக்கும் இறகு' என்ற கவிதை நூலும், மேலும் இவரது கவிதைகள் ஆங்கிலத்தில் மொழிபெயர்க்கப்பட்டு 'The Horizon of Proximity' என்ற நூலும் டிஸ்கவரி பப்ளிகேஷன்ஸ் வெளியீடாக வந்திருக்கின்றன.

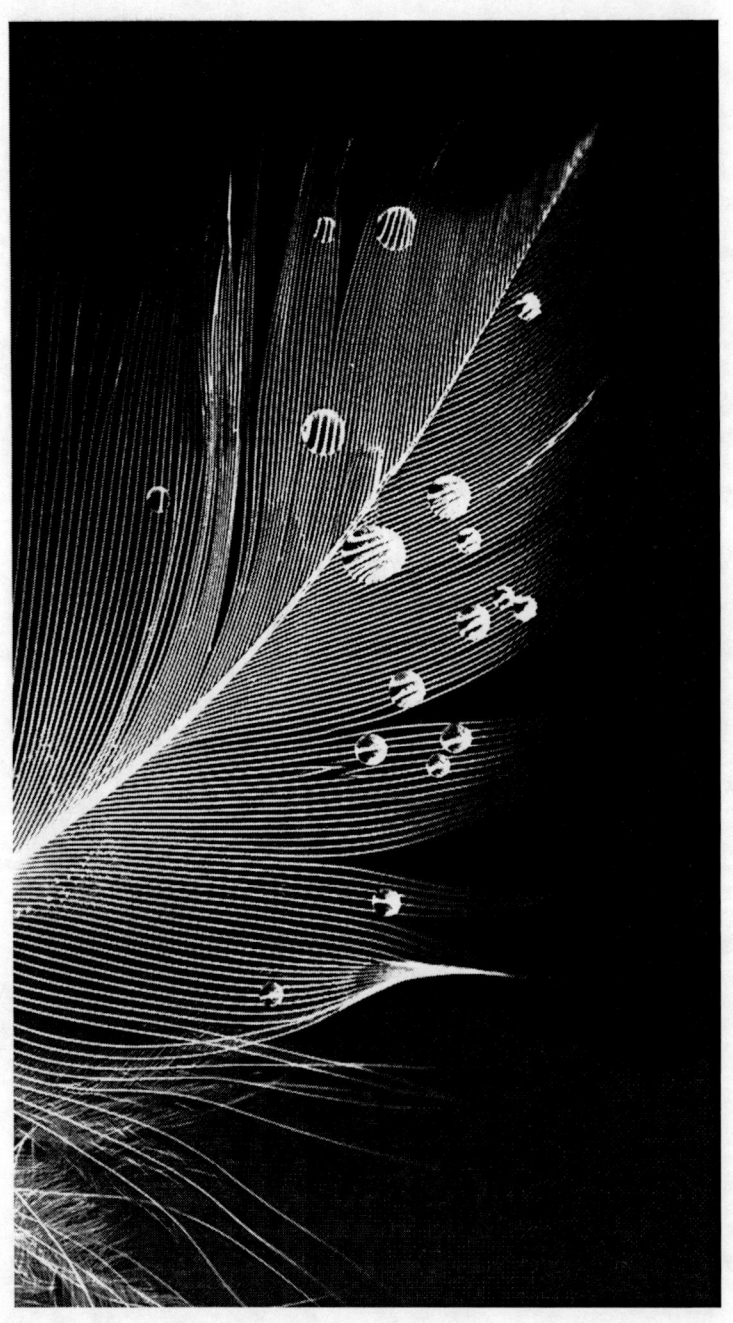

அணிந்துரை

இந்திரன்
கலை இலக்கிய விமர்சகர்

பறவைகள் ஏன் பாடுகின்றன தெரியுமா?

பாடுவதற்கு அவற்றிடம் ஒரு பாடல் இருக்கிறது.

ஒரு பறவையைப் பிடித்து ஒரு கூண்டில் அடைத்துப் பாருங்கள். அப்போதும்கூட அந்தப் பறவை தினந்தோறும் புத்தம் புதிய ஒரு பாடலைப் பாடும்.

"கூண்டுப் பறவைகள் ஏன் பாடுகின்றன?" என்று கேட்டார் ஆப்ரோ-அமெரிக்கக் கவிஞர் மாயா ஆஞ்சலோ.

"பறவைகளிடம் பாடுவதற்கு என்று இதுவரை பாடப்படாத ஒரு பாடல் இருக்கிறது. அதை, அப்பறவை வானில் இருந்தாலும் கூண்டில் இருந்தாலும் பாடத் தவறுவதே இல்லை."

கவிஞர் பிரியா பாஸ்கரன்கூட இப்படிப்பட்ட ஓர் அபூர்வப் பறவையாகத்தான் எனக்குத் தென்படுகிறார்.

காஞ்சிபுரம், வெம்பாக்கம் கிராமத்தில் பிறந்து, 'ஏழு கடல் தாண்டி, ஐந்து நிலங்கடந்து வட அமெரிக்காவின் பனிநிலப் புகலிடத்தில்' கடந்த இருபது ஆண்டுகளாய் வாழ்ந்து வரும் போதிலும், தமிழ்க் கவிதையைக் கைவிடாத பிரியா பாஸ்கரன் போன்றவர்களால் தமிழ் புதிய பரிமாண விஸ்தீரணத்தைப் பெறுகிறது.

'வட வேங்கடம் தென்குமரி ஆயிடை தமிழ்கூறு நல்லுலகம்' பிரியா பாஸ்கரன் கவிதைகளில் நாடுகளின் எல்லைகளை உடைத்து உலகு தழுவியதாக விரிவடைகிறது.

'நினைவில் துடிக்கிற இதயம்', 'காற்றின் மீதொரு நடனம்' ஆகிய இரு நேர்த்தியான கவிதைத் தொகுதிகளை வெளியிட்டிருக்கும் பிரியா பாஸ்கரன் இப்போது 'சலனமின்றி மிதக்கும் இறகு' எனும் இந்தக் கவிதைத் தொகுதியை எழுதியிருக்கிறார்.

பழந்தமிழிலக்கியப் பயிற்சியுடன் வெண்பா போன்ற பாவினங்களின் மீது அக்கறை கொண்ட பிரியா பாஸ்கரன் போன்றவர்கள் தமிழ்க் கவிதையில் நவீன வெளிப்பாட்டை நோக்கி நகர்கையில் தமிழ் புதிய தோலுரிப்புக்கு ஆளாகிறது.

தமிழ்க் கவிதைப் பிரதேசத்தில் புதிய பூகோளம் ஒன்று உள்நுழைகிறது.

குறிஞ்சி, முல்லை, மருதம், நெய்தல், பாலை எனும் ஐவகை நிலங்கள் சார்ந்த தமிழின் திணைக் கோட்பாடு ஒரு புதிய உடைப்புக்கு ஆளாகிறது. ஓக் மர நிழலும், மேப்பிள் மர எழிலும், இருட்டில் பால்போல் ஒளிரும் வெள்ளிப் பனியுமாய் கண்ணில் விரியும் புதிய நிலக்காட்சிகள், பிரியா பாஸ்கரன் கவிதைகளைச் சர்வதேசத்தன்மை கொண்டவைகளாக உருவாக்குகின்றன. பனியும், பனி சார்ந்த தமிழ் வாழ்க்கைக்குமான ஆறாம் திணை ஒன்று மொட்டவிழ்த்து மெல்ல மலரத் தொடங்குகிறது.

"யாரோ தவறவிட்டுச் சென்ற சொல்லொன்று
அகப்படுகிறது கரைசேர்க்கும் திசைமானியாய்"

என்று பிரியா பாஸ்கரன் எழுதுகிறபோது வாசிப்பதற்குக்கூட தமிழ் நூல்கள் சரிவரக் கிடைக்காமல், இணையத்தில் ஏற்றப்பட்ட எழுத்துகளை நம்பி இருக்கும் ஒரு அந்நிய நாட்டில் வாழும் தமிழ்க் கவிஞரின் ஆற்றாமையும், அதையும் மீறி ஒரு தமிழ்ச் சொல் கிடைத்தாலும் அதையே ஒரு திசைகாட்டும் கருவியாகக் கொண்டு தனது தேடலின்

பயணத்தைத் தொடரும் சலியாத முயற்சியும் நம் கவனத்தைக் கவர்கின்றன..

பிரியா பாஸ்கரனின் கவிதைகளின் சொல்லாட்சி சுவாரசியமானது. இன்றைய வழக்கிலிருந்து காணாமல் போய்விட்ட 'யாக்கை', 'பகழி', 'பலகணி' போன்ற பல பழந்தமிழ்ச் சொற்கள் இவரது நவீன கவிதையில் இடம் பிடித்து பழந்தமிழுக்குப் புத்துயிர்ப்பு ஊட்டுகின்றன.

அதிலும் 'சலனமின்றி மிதக்கும் இறகு' எனும் இந்தக் கவிதை நூலை என்னுடைய பதிப்பாளர் 'செயல் புயல்' வேடியப்பன் தனது டிஸ்கவரி பப்ளிகேஷன்ஸ் மூலமாக வெளியிடுகிறார் என்பது இன்னும் மகிழ்ச்சி அளிக்கிறது.

கவிஞர் பிரியா பாஸ்கரன் அடுத்த கட்டமாக பழகியப் பாதைகளைத் தவறவிட்டு, வழிகாட்டும் வரைபடங்களைத் தூக்கி எறிந்து, திசைகாட்டும் கருவிகளைத் தொலைத்து புதிய கவிதைப் பிரதேசங்களைக் கண்டெடுக்க வேண்டுமென வாழ்த்துகிறேன்!

என்னுரை

இறகாய் மிதக்கும் மனது

ஏதோ ஒரு விடயம் மகிழ்வாக, திடுக்கிடலாக, சோகமாக, விசித்திரமாக, கோபமாக, பொறாமையாக, ஆச்சரியமாக என ஏதோ ஒரு விதத்தில் மனதைப் பாதிக்கும் பொழுது, அந்த விடயத்தை அல்லது அது ஏற்படுத்தும் உணர்வுகளை சிலர் உற்ற தோழமைகளிடம், சிலர் உறவுகளிடம், சிலர் நாட்குறிப்பிடம், சிலர் தனிமையிடம், சிலர் அழுகையிடம், சிலர் பொதுவெளியில் கத்திக் கூச்சலிடுதலில், சிலர் மதுவில் என ஒவ்வொரு விதமாகப் பரவெளியில் வெளிப்படுத்தும் விதம் மனிதருக்கு மனிதர் மாறுபடும்.

வில்லியம் வோட்ஸ்வொர்த் சொல்லுவார், "Fill your paper with the breathings of your heart" என்பதற்கிணங்க அதில் சிலர், அந்த உணர்வுகளைக் கவிதைகளாக்கி அவற்றில் தன்னை ஆற்றுப்படுத்திக் கொள்வார்கள்.

அப்படித்தான் பரவெளியில் எனக்கோ என்னைச் சார்ந்தவர்களுக்கோ நடந்த சம்பவங்களின் அனுபவங்களை, பார்த்த பாதித்த விடயங்களை மனதில் வைத்துப் புழுங்காமல், புலம்பாமல், அழுது கரையாமல், மன மகிழ்வை உள்ளுக்குள் வைத்து அடைகாக்காமல், எண்ணங்களை அடக்காமல் எனது வரிகளில் சுதந்திரமாகச் சுவாசிக்கப் பிரசவித்துள்ளேன்.

'ஆடிய காலும் பாடிய வாயும் சும்மா இருக்காது' என்பார்கள். அது போலத்தான் எழுதிய கையும் சும்மா இருக்காது. எழுத்து ஒரு போதை, அதனை அனுபவித்த எவரும் அவ்வளவு எளிதில் அதனை

விடமாட்டார்கள். அந்த போதை தரும் சுகம்தான் என்னை ஒவ்வொரு நாளும் ஒரு புதிய நாள் என எண்ண வைத்து இயங்க வைக்கிறது. கவிதை, இந்தப் பிரபஞ்சத்தில் என்னை உயிர்ப்புடன் நடமாடவைக்கிறது என்றால் அது மிகை ஆகாது.

எழுத்தில், எண்ணங்களைப் பிரசவித்த பின்பு, மனம் நிர்வாணமாகப் பரந்து விரியும் அனுபவத்தை, ஒவ்வொரு முறையும் கவிதை எழுதி முடித்தபின்பு உணர்ந்துள்ளேன். அப்படி இலேசான வெற்று மனம் என்ன செய்யும்..? எவ்வித சலனமின்றி மிதக்கும் இறகாக மாறும். அதன் வெளிப்பாடே தொடர்ந்து முகநூலிலும், இதழ்களிலும் எழுதுவது. அவ்வாறு எழுதி, வெளியான கவிதைகளைத்தான் தொகுத்துள்ளேன், இந்தச் 'சலனமின்றி மிதக்கும் இறகு' தொகுப்பில்.

மேலும், இதுவரை வெளிவந்துள்ள கவிதைத் தொகுப்புகளிலிருந்து தேர்ந்தெடுக்கப்பட்ட சில கவிதைகள், கவிஞர் லதா ராமகிருஷ்ணன் அவர்களால் ஆங்கிலத்தில் மொழிபெயர்க்கப்பட்டு 'The Horizon of Proximity' என்ற நூலும் டிஸ்கவரி பப்ளிகேஷன்ஸ் வெளியீடாக வெளிவந்திருக்கிறது.

இந்தக் கவிதைத் தொகுப்புக்கு அனுபவம் நிறைந்த, கற்றுத் தேர்ந்த, இலக்கிய விமர்சகர் கவிஞர் இந்திரன் ஐயா அவர்கள் வெகு சிறப்பாக அணிந்துரை வழங்கி உள்ளார். அவருக்கு என் நெஞ்சம் நிறை அன்பின் நன்றி. இதனை வெளியிட்ட டிஸ்கவரி பப்ளிகேஷன்ஸ் உரிமையாளர் மு.வேடியப்பன் அவர்களுக்கும், அட்டைப்படத்தை வடிவமைத்த லார்க் பாஸ்கரன் அவர்களுக்கும் அன்பும் நன்றியும்.

இந்த நூலில் உள்ள கவிதைகளைத் தேர்வு செய்தல் உட்பட பல வகைகளில் உதவிய, நண்பரும் கவிஞருமான இரா.பூபாலன் அவர்களுக்கு குடங்குடமாய்த் தளும்பி வழியும் பிரியங்கள்.

சங்கத் தமிழ்ச் சொற்களை அங்கங்கே கவிதைகளில் எடுத்தாண்டு இருப்பேன். அப்படி எழுதுவதற்குத்

தொடர்ந்து உற்சாகம் கொடுத்தும், ஊக்கமளித்தும், பிழைகளை உடனுக்குடன் சுட்டிக்காட்டியும், விமர்சித்தும், ஓர் ஆசானாக இருந்து வழிகாட்டிய அன்பு நண்பர், கவிஞர் தாமரைபாரதிக்குப் பேரன்பு இழைகளால் கோர்த்த மெய்நிகர் அணைப்பையும் பிரிய நேசங்களையும் உரித்தாக்குகிறேன்.

அரூபமாய் என் அருகிலே எப்பொழுதும் இருந்துகொண்டும், வழிநடத்திக்கொண்டும், வாழ்த்திக்கொண்டும் இருக்கும் என் தந்தை அருகதேவன் அவர்களுக்கும், எனது எழுத்துகளைப் பெரு உவகையுடன் ஆராதிக்கும் எனது தாய் ஜினதத்தை, அண்ணன் உதயகுமார், அக்காக்கள் செல்வகுமாரி, காஞ்சனமாலை, தம்பி அகஸ்தியப்பன் மற்றும் அனைத்து உறவுகளுக்கும், நண்பர்களுக்கும் அன்பும் நன்றியும்.

மைத்துளிக்கு நான், என்னை ஒப்புக்கொடுத்த தருணங்களில் என்னை உரிமை கொண்டாடாமல், அந்தத் தனிமையில் குறுக்கிடாமல் உறுதுணையாக இருக்கும் எனது கணவர் விஜய் பாஸ்கரன், மகன்கள் ரிஷி பாஸ்கரன், ஷ்ரேனிக் பாஸ்கரன், மகள் திரிசலா பாஸ்கரன் ஆகியோருக்குப் பேரன்பின் முத்தங்களுடன் இறுக்கமான அணைப்பு.

எனது மனக் கிலேசங்களையும் மகிழ்வுகளையும், கவிதை என்னும் இறகில் இறக்கி வாசகர்களாகிய உங்கள் கைகளில் அளித்துள்ளேன். அந்த இறகை எப்படி, என்ன செய்யவேண்டும் என்பது உங்களுக்குத் தெரியும். ஆகையால் தங்கள் கருத்துகளை ஏற்க விரிந்த வானமாய்த் திறந்த மனதுடன் இறகின்றிப் பறந்தலைந்து காத்துக்கொண்டிருக்கிறேன்.

என்றும் அன்புடன்,

பிரியா பாஸ்கரன்

Priya@baskarans.com

https://priyakavithaigal.home.blog

06.06.2022

சாம்பல் பூத்த கவிதைக்குள் நான்

சூரியன் உமிழ்ந்த எச்சத்தில்
ஒளிர்கிறது நிலவு

கவிதைத் தீயின்
கதகதப்பில் உயிர்த்திருக்கிறேன்

சுடர்களின் நடனத்தில்
போதை ஏறுகிறது

தீக்குழியில் இறங்கும் பக்தனாய்
தீக்கங்குடன் ஐக்கியமாகிறேன்

எங்கிருந்தோ வந்த
தூக்க விலங்கொன்று
என்னைக் கவ்விக்கொண்டு போய்
சப்பித் தின்று விழுங்குகிறது

பாலில் நெய் மறைந்திருப்பதாய்
உறைந்திருக்கிறது கவிதை
என்னுள்
சாம்பல் பூத்து.
*

காலத்தைத் துரத்துபவள்

சிலந்தி வலைகளால் பின்னப்பட்டது
சந்திக்கின்ற சவால்கள்
கல்லென வீசும் சொற்களை
மலட்டுச் செவிகளில்
மோதி உடைய விடுவதிலும்
வேட்டை நாயெனப் பாயும் எதிர்ப்புகளை
மல்யுத்த வீரனின் சவாலுடன்
எதிர்கொள்வதிலும்
குறிபார்த்து வரும் விமர்சனங்களை
ஏகலைவனின் வில்லாயிருந்து
வீழ்த்துவதிலும்
விழுங்கக் காத்திருக்கும்
ஆழ் சுழியின் பிடியிலிருந்து
சிறு மரக்கிளையொன்றின்
உதவியுடனும்
சவால்களின் நொடிகளைத்
துரிதமாய் துரத்துகின்றாள்
பெண்ணெனும் பெருநதி.

கதவிடுக்கில் நுழையும் யானை

புயலின் தடங்களை
பதிப்பது போல
சினத்தில் உதிர்க்கும் சொற்கள்
வாக்குவாதங்களினால்
பிரிவுகள் கூர் தீட்டிய
வெயிலின் கசகசப்பு
நினைவுகள்
கதவிடுக்கில் நுழையும் யானை
நிலைப்படியை
தகர்த்தெறிந்தழிப்பது போல
இரு உறவுகளுக்கிடையே
தானென்ற ஆணவம்
சிறு பிளவும் பெரும் பள்ளமாகி
உறவுகளைச் சிதைத்துப்
புதைத்துக்கொள்கின்றன
ஒரு வெற்று வானத்தைப் போல
விரிகிறது வாழ்வு.
*

முடிவிலிக்கு முற்றுப்புள்ளியிடும் மனது

சீசா பலகையாய் ஊசலாடுகிறது
உவகை தேடி மனது

தகிடுதத்தத்தில்
நெய்தல் வயிற்றில் விழுந்திடக்
கட்டுமரமாய்த் துழாவுகிறது
அலைக் கங்குகளிடையே

யாரோ தவறவிட்டுச் சென்ற சொல்லொன்று
அகப்படுகிறது கரைசேர்க்கும் திசைமானியாய்

திடீரென பெருவளியொன்று அள்ளுண்டு
கருநீல வெளியின்
நரைமுகிலிடம் சேர்க்க

சுமை கூடிட்ட அங்கலாய்ப்பில்
பனிக்குடம் உடைந்த தாயெனப்
பிரசவிக்கிறது மழைத் திவலையாய்

மீண்டும்
யாக்கைக்குள் திறவுகோலின்றி நுழைய
மூளையின் உசாவலுக்குப் பதிலளிக்கிறது
ஒக் மண்டினோவாய்

உண்மையான மகிழ்ச்சி
என்னுள்ளே இருக்கிறதென
முடிவிலி அலைதலுக்கு
முற்றுப்புள்ளி வைத்து.
*

அந்திப்பொழுதின் சூரியக்குருவி

நண்பகலிலிருந்து சூரியக்குருவியிடம்
சித்தப்பிரமையின் குறியீடுகள்
கருங்கல் வன்னத்தில்
துயரம் அப்பிக் கிடக்கிறது நாள்

அலைகள் எழாது மரித்துப்போன
கடலின் மனநிலை
தொடையதிர தாளமிட்டு
முகாரி இசைக்கிறது காற்று

தலைகீழாக நின்றும்
வேலைக்காகவில்லையெனத்
தனது வேனலைத் தணிக்கப்
பூக்கிறது சாம்பல்

ஆழ்ந்த உறக்கம் அன்றியும்
கனவுகளுக்கு நரபலியாகாமலும்
புலர வேண்டியதாகியிருக்கிறது
புடவியின் மறுகோடியில்

இடைப்பட்ட காலத்தில்
இஃதோர் இனிய அந்திப்பொழுது

கண்ணீரின் கரிப்பையும்
வெதும்பலின் சுவடுகளையும் புறந்தள்ளி
கிண்ணங்களில் ஊற்றி
சுவைக்கிறது செம்மதுவை
மேற்கில் சூரியக்குருவி.
*

அந்தரிக்கும் மனது

இன்னும் கொஞ்சநேரத்தில்
அஸ்தமனமாகிவிடுவான்
சூரியன்

இன்றைய இரவு
முந்தைய இரவுகளைப்போல அல்ல

செந்தேள் கொடுக்கால் கொட்டிய
வலியெனத் துடிக்கிறேன்
ஒரு மெழுகுத்திரியை
அல்லது
சிறு தீபச்சுடரை ஏற்றிட

முளைக்கும் வெள்ளிகளையும்
வீசும் நிலவு ஒளியையும்
கொலை செய்யும்
அமாவாசை
இரவுக்கு முன்

இன்னும் பெயரிடப்படாத
உறவின் முடிச்சுகளுக்கிடையில்
பகல் வெப்புள் உமிழ்ந்த எச்சத்தில்
உறைந்திருக்கின்றன
மௌன லிபிகளில் கேள்விகள்

ஒவ்வொரு கேள்விக்கும் பதிலாய்
பிடித்த நிறத்தில்
வர்ணத்தைத் தீட்டுகிறது
மனது

கோக்குமாக்காய் சிந்திக்கும் மனதிற்குத்
தெரியவில்லை அத்தனையும்
மாயையென

அதுவரை ஆடட்டும்
அந்தரிக்கும் மனம் பிசாசென.
*

அபஸ்வரம் நுழையாத் தொலைவில் நான்

எப்பொழுதோ வந்தாயிற்று
வெளி வட்டத்துள்

கேசம்
நரையைத் தத்தெடுத்த பின்னும்
சூரியனுக்கு
எதிர்த் திசையிலிருக்கும்
உகத்தின் நிறமாய் மனது

தமருகம் அதிர அதிர
உருவேறும் பூசாரியாய்
உனது சொற்களில்
வெறியாட்டு நிகழ்த்துகிறது
எனது யாக்கை

உச்சி வெயிலில்
குளத்தில் கல்விட்டெறிய
தெறிக்கின்ற ஈரச் சூரியனென
நினைக்கிறாய்

பூவையும் உதிர்க்கும்
சருகையும் நகர்த்தும்
மரத்தையும் முறிக்கும் காற்றாய்
வாழ்க்கை

உனக்கு மேலும்
ஒரு பூவோ சருகோ மரமோ
இருக்கலாம்

முதுகில் துயரச் சிலுவையும்
தலையில் முள்முடியும்
நீ சூட்டினாலும்
எனது வாழ்க்கை
சாரம் மிக்கதாய்
நொடிதோறும்

ஈர்ப்பு விசை எதுவுமற்ற
பேரண்ட வெளியில் பறக்கிறேன்
இறகாய்

உனது அபஸ்வரம்
நுழையாத் தொலைவில்
எனது செவிப்பறை

ஆதலால் நிறுத்து.
*

நிழல் விரிக்கும் நீலாம்பரி

இன்று
உனக்கான அன்பை
எழுதக்கூடாதெனத்
தீர்மானிக்கிறது
மனது

மூளையின் முகப்பில்
அச்சடித்து மாட்டிக்கொள்கிறேன்
தீர்மானத்தை

மைத்தூவலை ஒதுக்கி
எட்டிப்பார்க்கிறேன்
இரவின் கனவில்

வானவெளியில்
இரவைப் பகலாக்கிக்கொண்டிருக்கிறது
நிலவு
கண்விழிக்குள் மின்னலாய்
வெட்டி மறைகிறது
அன்றலர்ந்த ஆம்பலாய்
முகம்

காற்று சன்னதம் ஆடுகிறது
பிரத்யேக வெண்கலச் சிரிப்பு
மோதுகிறது
செவிப்பறையில்

தலையசைக்கின்றன
மஞ்சள் ஹார்டி மம்ஸ்கள்
இழுத்தணைக்காமல் தழுவுகின்றன
சொற்களற்ற அன்பு

சிறு கல் குத்திய கால் முறுகுகிறது
மனது முழுவதும்
விரிவுரை நினைவுப் பாரம்
தணலாக

எல்லைகளற்று விரிகிற மேதினியில்
சிக்குண்டு தவிக்கிறேன்
அதே நினைவுகள்
பெருமரமாய் நீலாம்பரி இசைக்கிறது
நிழல்கள் விரித்து.
*

வர்ண தேவதை

இரவின் திரியில்
கண்விழித்திருக்கிறேன்

சலிப்புகள்
சல்லடையாய் மனதினைத் துளைக்கக்
காறி உமிழ்கிறேன்

கழிந்த வாழ்வின் நச்சுகள்
முகத்தினில் கசடுகளாய்

உள்வெளியில்
புதிதாய்ச் சிறகு விரிக்கிறது கனவொன்று
வண்ணத்துப்பூச்சியாய்

கூட்டுப்புழுவாகி
உருமறைத்துக்கொள்கிறேன்

சொக்குப்பொடி தூவி
ஒரு தேவனை மடக்கிக் காவலிடுகிறேன்
வாயிலில்

அசைவற்ற
மௌன சங்கல்பத்திலிருக்கிறேன்
தியானிக்கும்
முனிவராய்

நாட்கள் கழிய
முளைவிடுகின்றன அரும்பும் துளிருமாய்
என்னுள்

உடல் அசைத்து விழி திறந்து
குதிகால் பிடரியில் அடிபட
எம்பி எழுந்து
விரிக்கிறேன் சிறகைக்
கூட்டுக்குள்

காவல் தேவன் தாழ் நீக்கி
விடையளிக்க விடைபெற்று பறக்கிறேன்
கள்ளூறு மொழி பேசி
நெடு நீள வானில்
கட்டவிழ்ந்து

நொடிப்பொழுதில்
காற்றின் முதுகேறி ராஜகுமாரனாய்
ஆரோகணித்து
என்னை
அள்ளிக்கொள்கிறான் தேவன்

இப்பொழுது
வர்ணங்கள் முளைத்த
தேவதை ஆகிறேன்.
*

கவிதை சனித்தல்

மயிரிழையில்
ஆடிக்கொண்டிருக்கிறது
நினைவு

மௌனத் திரையிறக்கி
நிட்டைக் கொள்ளென அறிவுறுத்துகின்றன
மூளையின் அமிலங்கள்

யார் கேட்டார் உம்மிடத்தில்
அறிவுரையென வாதிடுகிறது
வழக்கறிஞராய்
கவிமனது

எச்சிறு புல்லும்
நம்பிக்கையின் உயிர்மூச்சினூடே
மலரும் வளரும் முதிரும்
மடியும்
என குருவாய்க் குட்டுகிறது
தலையிலிருக்கும் சிக்கலான
உறுப்பு

வாய் திறவாத மௌனத்துள்
சாப மனத்தினால்
தலையெழுத்தைச் செதுக்குகிறது
விரல் நுனியில்
ஏழரை நாட்டுச் சனி

மிகச் சுதந்திரமாய்ப் பிறக்கிறது
கவிதை.
*

எச்சிலாய் வடியும் ஆண்மை

மணிக்கு இவ்வளவு என
உடன்பாடாகிறது படுக்கை
வியாபாரம்

பெண் உடலுக்கு மதமில்லை
உடலின் ருசியும்
சாதியறியாது

உல்லாச விடுதியின் உரிமையாளன்
பெண்ணியம் பேசுகிறான்

காவலனின் சட்டம் ஒழுங்கில்
காமம் என்பது
பெண்மையின் மொழி

உடன் கைதாகும்
சதைத் தின்னிகளுக்கு
நாளிதழின் வாக்கியத்தில்
அது மற்றுமொரு
வழக்காகிறது

அசிங்கம் பற்றிய
துளி கவலையுமின்றி
அவளின் அந்தரங்கத்தில்
எச்சிலாய் வடிகிறது
ஆண்மை.
*

பொய்முலாம் பூசிய சொற்கள்

ஒவ்வொரு சந்திப்பிலும்
சொற்களை விரித்து
வரவேற்கிறேன்

தேனடை நாக்கில்
சொற்களை உதிர்க்கும் எதையும்
இயல்பென
எண்ண மறுக்கிறது
மனது

எனக்காய் உதிர்க்கும்
ஒரு சொல்லிலாவது
துளி உயிர்ப்பை ஒட்டி வைக்க
முயல்வாயா எனக்
கேட்கத் துடிக்கின்றன
இதயத்தின் காதுகள்

நிர்தாட்சண்யத்துடன் நெருங்குகின்றன
பொய்முலாம் பூசிய உனது சொற்கள்

பெருஞ்சிரிப்பொன்றைப் பரிசளித்து
உயரப் பறக்கிறேன்
உயிர்ப்பற்ற சிறகுகளுடன்.
*

இருத்தலென்றால்...

மெல்லிய மேகம்
கரை உடைத்துச் சிதறுகிற தூவானம்
கரம் கோர்க்கிறது
துயர இழைகள் விழிமணியில்
தொடுத்த சரங்களுடன்

மணலில் உன் மடியில் சாய்ந்திருக்க
சுருள்கிற மயிரின் காது மடலோரத்தில்
ஆதி மொழியான
உனது மௌனக்குரல்

விரல்களை இறுகப் பற்றாமலும்
தோளில் தலைசாய்த்துக்கொள்ளாமலும்
இடையிடையே உரசிக்கொண்டு
போயிற்று மென்காற்று

துவள்கிற தேகத்தை
இடுக்கிப் பிடிகொண்டு இறுக்க
மயங்குகிறது ஆன்மா

இருத்தலென்றால்
உந்தன் உன்னத
கணங்களில்தான் என்கிறேன்
இருதயம் அதிர

மௌனம் கலைத்து
மெல்லப் பேசுகிறது என்னிடம் இரவு

இனி சொல்வதற்கு ஒன்றுமில்லை.
*

மார்கண்டேயன் இல்லை நீ!

முற்றத்துத் தோட்டத்தில்
பெருகிக் கிளை விரிக்கிறது பெருமரம்

பச்சையம் பூசிய கவடுகளில்
தத்தித் தவழ்கின்றன கரிச்சான் பூக்கள்

இறகரும்ப
மரத்திலிருந்து கட்டவிழ்கின்றன குஞ்சுகள்

உதிர்ந்தும்
பின் உருக்கொண்டெழுந்தும்
இறுதியில் பட்டும் போகிறது மரம்

தனிக் கூடு முடைந்த குருவியொன்று
ஒதுக்கிப்போடுகிறது பட்ட மரத்தை

கசப்பின் துயர் படர்ந்து
உறுமியடித்து இசைக்கிறேன் முகாரியை

உயிருள்ள எவ்வுயிரும் என்றாகினும்
உதிர்ந்து சருகுடலாய்
மெல்ல அழுகி மக்கிப் புதையும்

அற்பக் கரிச்சானே
கேட்டுக்கொள் இன்றே
நானிசைக்கின்ற முகாரியை

உனக்கிசைக்க எவரும் நாளை
இல்லாமல் போகலாம்.
*

இருண்மையின் சாகசங்கள்

எப்பொழுதும்
நரை வண்ணமில்லா அந்தகாரத்தில்
ஆரம்பிக்கின்றன எனது திரிசமன்கள்

சந்தைப்படுத்துபவராய்
பரணிலிருந்து தூசி தட்டி
கடை விரிக்கிறது

கற்பனை முட்டைகளில்
சூல்கொண்டு பிரசவிக்கின்றன
களிப்பு வித்துகளை

இறைந்து கிடக்கின்ற
சாகசங்களை அழகுபடுத்துகிறது
நிசாகசம் சூட்டி

குற்றவுணர்ச்சிகளுக்குக்
கற்பிதம் செய்கிறது வனப்புக்கலை
நிபுணராய்

புலன் நடுங்கும்
துரோகங்களைக் கொன்று புதைக்கிறது
கூர் தீட்டிய வெட்டுக்கத்தியாய்

இப்படியாக
முழு இருட்டில்தான்
இருண்மையின் நினைவுகள்
பிரகாசிக்கின்றன
வசீகரமாய்.

*

பிசாசு மனத்தின் விசித்திரம்

மழை விட்ட காலை
அசாத்திய அமைதியில்
ஈரம் உலர்த்திய
வானம்

மரணத்துள் வீழ்ந்தேன்
சில மணித்துளிகளுக்கு
முன்

கையுணரும் அளவிற்கு இன்னமும்
உடற்சூடு

பிணந்தின்னிப் பிராணிகள்
சூழ்ந்துகொண்டன

இளஞ்சூட்டுக் குருதி சொட்டச் சொட்ட
நெடுநாள் பசித்திருந்த
நாயொன்று
இருதயத்தைக் கவ்விச்
செல்கிறது

கூட்டத்தின் மத்தியில்
சதையை ஈச்சுத் தின்கிறது
ஓநாய்

காகங்கள் சில கொப்பூழில் கொத்தி
கூவியழைக்கின்றன
தன்னினத்தை

மீறும் மச்சைகளுக்கு
வட்டமிடுகின்றன ட்ரோன்களாய்
தாடிக் கழுகுகள்

தொட்டால் சிணுங்கும் அழைப்பு மணியில்
கொடுங்கனவிலிருந்து
விழிப்பு தட்டுகிறது

இப்பொழுது
கனவில்
தூரக்காற்றில் மெல்ல
விக்கி விக்கிக் கரைந்தழுத குரலில்
நெகிழ்கிறது ஆன்மா

பிசாசு மனம் குதூகலிக்கிறது
மூச்சுக்காற்றில்
இள வெப்பம்.
*

மீளியின் வாழ்வும் எளிதல்ல

அனல் கொட்டுகிறது
மனவெளியெங்கும் தகிக்கும்
நெருப்பு

தேநீர் சிரட்டையிலிருந்து சிதறி
உருண்டோடும் திவலையாய்
அலைகிறது மனது

பெண் ஆளியொன்று
குதறி வீழ்த்த முயல
நழுவித் தப்பியோடிய பால்யத்துக்
கொடுங்கனவுகள்

வலிந்திழுத்து கக்கத்தில் அழுத்தி
ஏகாரவல்லிச் சுளையாய்ப் பேசித்
தினவெடுக்கும்
இச்சைகளைத் தீர்த்துக்கொண்ட
அரவ அரக்கிகள்

தூரக் காற்றில்
சொல்லிச் சொல்லி கரைந்தழுகிறது
குடியேறிய
பெருங்குழந்தையொன்றின்
விசும்பல் ஒலி

மேய்ப்பர்களாகி
விரட்டிக்கொண்டிருக்கின்றன
மன அழுத்தங்கள்

இயந்திரமாய்
படுக்கையில் வீழ்கிறேன்
நெடு நேர விழிப்பு

அச்சங்கினிகளின் முலை கொய்து
அறுத்தெறியத் துடிக்கும்
ஆவேசம்

மீளியின் வாழ்வும் எளிதல்ல
மின் சூழ் உலகில்

தாய்மை பீறிட்டெழ
மீள மீளத் துளிர்க்கிறது
கண்ணீர்

சற்றே அழ விடு.
*

சுயமரியாதை சூழ் உலகு

புலம்பெயர் வாழ்வு
நீள வழிப்பயணம்

நிராயுதபாணியென எண்ணிப்
போர்தொடுக்கின்ற இனவெறியனுக்கு
ஓர் எச்சரிக்கை

வார்த்தையற்று அதிர்ந்துபோய்
'ஆம்' எனத் தலையாட்டத்
தள்ளாடும் தலையாட்டி பொம்மையில்லை
நான்

சாம்பல் பூத்த நெருப்பினுள்
உறங்கிக்கொண்டிருக்கும் தீக்கங்குகளின்
நெஞ்சுறுதியுடன்
முலை அறுத்தெறிந்த பரம்பரையில் வந்த
தமிழச்சி

அன்பால் நுகத்தடி கொண்டுப் பிணைத்தால்
முதுகில் சிலுவையும் சுமக்கத் தயார்

ஆணவச் சொல் அம்புகளை எறிந்தால்
உனது தலையில் முள் கீரிடம்
சூட்டவும் அஞ்சேன்

காற்றையும் விட விதி வலியது
இன்று
உனது ஆணவம் மண்டியிட்டது
நீதிக்கு முன்

நீ அனுபவி; துயர்படு
நைந்து சுருங்கு
வெடித்துச் சிதறு

சமுத்திர வெளிகளைத் தாண்டி
மேலெழுகின்ற அலைகளையும் மீறி

எனது குரல் எங்கும் ஒலிக்கிறது
பேரண்ட பிரபஞ்ச வெளியில்

எனது நிறம்
எனது தன்மானம்
எனது சுயமரியாதை
எனது நாடு
எனது பலம்
எனது வாகை

சலனமற்று உறங்குகிறது
மனம்.

*

யாரொடு நோவது?

தனிமை தோய்ந்த
பின் மாலைப்பொழுது

புலம்பல்கள்
சுவரின் செவிகளில் அறைகின்றன
என்கிறாய்

துணையாயிருக்க
இடை சிறுத்த பெண்ணாய்
ஒரு வைன் கிளாஸ்

அகவெளியில்
சிதறிக் கிடக்கின்ற புள்ளிகளில்
வரைய முயலும்
ஒரு
கோட்டுச் சித்திரம்

புத்தர் சிலைக்கு முன் அமர்ந்து
ஆசைகளுடன்
யுத்தம் கொள்ளும்
கொலை வெறி

தலைக்கவசம் சூட்டிப்
புறவெளி மறந்தால்
அத்தனையும் சாத்தியமே

போகட்டும்
பிடுங்கித் தூர எறி

காலங்களில் எனக்கு அளவற்ற
நம்பிக்கை

பேச முடியாதவற்றை அச்சிலேற்று
அச்சிலேற்ற முடியாதவற்றை
இரைமீட்டாமல்
கமுக்கத்தில் தாலாட்டு

ஒவ்வொரு இரவும்
எதையும் சொல்லாது

இதளினால் தோய்ந்த
உருவங்காட்டி முன் அமர்ந்து
துணையாயிருக்கின்ற
உனது
கண்களைக் கேள்

எவற்றைச் சாதித்தேன்
என் வாழ்விலென்று

என்றும் அவை
பொய் உரைத்ததில்லை.
*

ஊழி இரவு

பனிப்படுக்கையின் மேல்
விறைத்துத் துயில்கிறது இரவு

செவியில் அறையும் அகப் பேரிகை
இருளைக் கிழித்து அதிர்கிறது

துளிப் பொழுதில் பிசினாய் ஒன்றி
விடைபெறாமல் விட்டுச் சென்ற
முகந்தேடி அலைகிறது மனது

ஓங்காரமிட்டு நடக்கக்
காலடிச் சுவடுகள் ஒவ்வொன்றுள்ளும்
அசுரப் பாய்ச்சலில்
மூழ்கிப் போகிறது நித்திரை

எஞ்சிய நித்திரையில்
உயிர்க்கட்டையிலிருந்து
மீளமீளத் துளிர்க்கின்றன
யௌவனமாய் நினைவுகள்

தேடுதலின் வேட்கையில்
இருளைத் துழாவுகின்ற உலைச்சல்
விழித்துக்கொள்கிறேன்

பெருங்கடலென
வற்றாத இரவு.
*

எட்டாம் அதிசயம்

நீருபத்தில்
பூவைப் பறவையாய் திரண்டிருக்கும்
கொண்டலிலிருந்து இறங்குகின்ற
நீள மழையாய்க்
கூந்தல்

சிவனின் சடாமுடித் திங்களாய்
வடிவான நுதல்

சற்றே வளைந்த பிறையாய்
மெல்லிய மூக்கு
அடிவானச் சூரியனின் அந்திச் சிவப்பாய்
இதழ்கள்

வெட்டி நிமிர்கிற கொடி மின்னலாய்
ஒளிரும் நேத்திரங்கள்
வள்ளைத் தாள் போல
வடிவான காதுகள்

இப்படி நீளும் பட்டியலில்
பேரழகாய்த் திகழ்கிறது

எட்டாம் உலக அதிசயமாய்
சுருக்குப்பையெனவிருக்கும்
அவளது பிரசவித்த
உதரம்.
*

வனவிகாசம்

ஒக் மர நிழலில்
அமர்ந்திருக்கிறேன்
நிட்டையில்

எச்சமிட்டுச் சென்றதொரு
காரிப்புள்

வெடித்து முளைத்துப்
பெரு விருட்சமாய் வியாபித்துக் கிடக்கிறது
நினைவின் சிறு வித்து

தீக்கங்குகளின் வெப்புள்
கிளர்ந்தெழுந்து விரிகின்றன
நாடி நரம்புகளூடே

ஆடையின் கரையொழிந்த
மேற்பரப்பெங்கும் முளைக்கின்றன
பச்சையத் தளிர்கள்

கார்ப்பருவத்து
மொட்டவிழும் மௌவலாய்
நறுநாற்றம்
லாகிரியை மீட்டுகிறது
இசையாய்

ஒளியிரவில் மோகித்திருக்கிறது
வீசு தென்றலோடு
சல்லாபமாய்

தோற்றப் பிழையில்
நினைவெழும்பத் திடுக்குற்றேன்
நிலையற்று அலையும் கவடுகள்
பனிக்கால நிமித்தங்களாய்

நிலமெங்கும்
சருகுகள் உதிர்ந்து சப்தமிடாத
மௌனத்தில்

சருகுகளின் கீழ் ஒளிந்திருக்கலாம்
காய்த்துச் சொரிந்த
வித்துகள் சில

அவற்றிலிருந்தே விரியக்கூடுமொரு
பெருவனம்.
*

மசித்துணி

ஜோடி சேராத
ஒற்றைச் செருப்புகளால்
காலில் கொப்புளங்கள்

வெக்கையின்
வியர்வை அபிஷேகத்தில்
நனைந்திருக்கும்
வறண்ட மேனி

ஓட்டுப்போட்ட
மேலாடைக் கிழிசல்களில்
தோலைத் துளைக்கின்ற
பூனைப் பார்வைகளால்
கூச்சங்கள்

கழுத்து முட்ட அபானவாயுவாய்
நிறைந்திருக்கும் பசித்த வயிறு

மசித்துணியாய் மாறாமல்
முந்தானையை
சும்மாடு கீரிடமாய் அணிந்திருக்கும்
இளவரசிகள்

புழுதிகளில் பூத்திருக்கும்
இவர்களைக் காக்க
என்ன அவதாரம் எடுக்கப் போகிறாய்
கோபியர்களின் கிருட்டிணனா..?
*

நிர்தாட்சண்யமாக நிறுத்துகிறேன்

ஒரு யாத்திரிகனாய்
வாசலுக்குள் நுழைகிறது
மெல்ல

உதிர்ந்து விழும் இறகென
ஊமையாய்க் கேட்கிறது சொல்வதை

பிறகு
மரங்கொத்தியின் அலகென
வன்மையாய்ச் சுகிக்கிறது
காலத்தை

துளிக் கண்ணீரையும் மாற்றுகிறது
பெருமடையாய்

தொண்டைக்குழியில் மிஞ்சிய
எச்சிலையும்
விழுங்க முனைகிறது
கோரப் பசிகொண்ட மிருகமாய்

ஆதலால்
ஒரு மாறுதலுக்காய்
கைக்கெட்டாப் பிரபஞ்ச வெளியில்
நிறுத்துகிறேன் நிர்தாட்சண்யமாக
அந்தப்
பாழும் நினைவுகளை.
*

அப்பாவின் ஆன்மா

அச்சமும் துயரும் வியாபித்துப் படர்ந்த
நீண்ட உறங்காத நினைவுகள்

சலூனுக்குச் செல்லும் முன்
பத்து முறையும்
கழனிக்குச் செல்லும் முன்
இருபது தடவையும்
குளியலறைக்குச் செல்லும் முன்
நூறு வாட்டியும்
தகவல் சொல்லும் அப்பா

விழிக்காத உறக்கத்திற்குச்
செல்லும் பொழுது ஏனோ மறந்துவிட்டார்

நம்மிடையேயான உரையாடல்கள்
ஒருவழிப் பாதையாகிவிட்டதேயென்று
கண்ணீருடன் சண்டையிடுகிறேன்

அப்படி இல்லையென மனதோடு
நின்று பேசுகிறது
எனக்கேயான
அப்பாவின் ஒரு துளி ஆன்மா.
*

அனுபவ நீட்சி

தகிக்கும் வெக்கையின்
உக்கிரத்துடன் தொடங்குகிறது
இன்றைய நாள்

கொம்பு தீட்டி முட்ட வருகின்ற மாடாய்
சொல்லம்புகள் மௌன யாக்கைக்குள்
ஊடுருவித் தைக்கின்றன

செந்நீர் பிறீட்டு ஒழுகிய நிலத்தில்
முளைக்கின்றன சிறு புற்கள்

எங்கிருந்தோ வந்த குரீஇயொன்று சித்தாளாய்ப்
புல்லுக் கீற்றை
மூக்கிலும் வாயிலும் கொணர்ந்து
நேர்த்தியாய் இழைத்தது கூடொன்றை
கைதேர்ந்த தச்சனின் லாகவந்தோற்க

அனுபவத்தின் நீட்சியாய்
எத்தனை நுணுக்கம்

இனி இசைக்கிறது
ஒரு புதிய பாடலொன்றை

வெள்ளி முளைக்க
மெல்ல இறங்குகிறது பனித்திரை

இப்பொழுதெனக்கு
மகிழ்வாயிருக்கிறது
பட்சியோடு காலங்கழிப்பது.

*

தெய்வத்தைச் சொற்களால் உருவாக்குகிறேன்

சொற்களை விளக்காக்கி
கவிதைகளால்
ஆராதனை செய்கிறேன்

கண்டசருக்கரைத்தேறுகளாய்
லிபிகளை மனதுள்ளிருந்துப் பறித்து
மௌன வெளியெங்கும்
ஓதுகிறேன்
இறையை ஓசையின்றி

மெய் நிகரில் தீபாராதனையாய்
ஒற்றிக்கொள்கிறேன்
உயர்ந்தோனின் பிறையை

ஒவ்வொரு கணத்திலும்
சொல்லெடுக்க
மனம் நுழைந்துவிடுகிறது
தெய்வத்தின் கருவறையில்
நாட்கணக்கில்
பாதுகையின்றி ஆலயத்திற்குச்
செல்லாமலே

தெய்வத்துள் விழித்துக்
குளித்துத் தெப்பமாய் நனைந்து
கரையேறுகிறேன்
ஒவ்வொரு கணமும்

ஒற்றை நிமிடம் ஒரு சொல்லில்
மலர்கிறேன் பத்மமாய்

மனிதர்களுடன் முரண்பாடாக உள்ள மனது
இறைவனிடம் மட்டுமே
முன்னேற்பாடாக உள்ளது

எழுதும் போது பக்தையாய்
எழுதிய பின் இறைவியாய்
உணர்கையில்

ஜனிக்கின்றன
மொழியின் சிறகுகளில்
இறைவனின் கவிதைகள்.
*

முற்றுப் பெறாக் கவிதை

கொடு நோயாய்த்
தனிமை

அனலெனச்
சுடுமிந்தப் பனிநாளில்
குதிர்கிறது
என் நாகணவாய்ச்சியின்
நினைவு

பசிய மேப்பிள் மரக் கவட்டில்
ஓர் இளவெயிற்பொழுதில்
வந்தமர்ந்தது மஞ்ஞையாய்
தோகை விரித்து

உண்கண் வீச்சில்
கேண்மையாய் வசீகரிக்க
மூழ்கினேன்
கவிதைக்குக் கருயெடுக்க

கபாலக்கிடங்கில்
தேனீயாய்ப் பறந்தலைகின்ற
அல்லல்
அறுந்து குதூகலமாகியது

விருட்டெனப் பறந்திட்டது
பட்சி தனித்து எனது ஆன்மாவின்
ஆலாபனையுடன்

நாகணவாய்ச்சியின்
ஒற்றை உண்கண் வீச்சில்
நினைவுகள் துரத்த
முசுவின் குருளையாய்த்
தாவுகிறது மனது

குளிர்பற்றி எரிகின்ற யாமத்தில்
துயிலின்றித் தவிக்கின்றோம்
நானும்
எனது மசித்துளியும்
முற்றுப் பெறாக் கவிதைக்காய்
இன்றும்.
*

பனியிரவைத் துயிலெழுப்பும் வெய்யோன்

முழுநிலா இல்லாத இரவில்
பால்போல ஒளிர்கிறது
வெள்ளிப்பனி

கன்னத்தின் எலும்புகள்
துருத்திக்கொண்டிருக்கும் முகமாய்
இலைகள் உதிர்ந்த மேப்பிள் மரம்

ஊசியாய்த் துளைக்கும் கடுங்குளிர்
காற்றில் நடுங்குகின்ற நிலம்

சிறு துணியற்ற பிச்சைக்காரியாய்க்
காவலிருக்கிறேன் நிலத்திற்கு

நீர்க் காகத்திடமிருந்து கழியில்
ஆழச் சுழியோடி நீந்திக் கடக்கின்ற மீனாய்
காலத்தைக் கடக்கிறேன்

கண்ணீரின் ஈரமாய்
முடிந்த கால நிகழ்வு

கற்பனை உலகின் எதிர்பார்ப்பாய்
எதிர்காலக் கனவு

அமிலப் பின்னோட்ட நோயாய்
இடையே ஏக்கத்தின் தவிப்பு

திடுக்கிட்டு விழிக்கின்ற பொழுதில்
காலடியில்
பனித்துகிலின் கதகதப்பில்
ஆழ்துறங்குகின்ற
நிலம்

துயிலெழுப்ப நுழைகிறான்
வெய்யோன்.
*

அங்காடி விதிக்கும் வரி

புல்கருக்கிய வெயில்
ஓய்வெடுத்த மாலை

கண்ணாடிப் பலகணிக்குப் பின்
உள்ளாடை நளினங்கள்

சம்பாஷிக்காத இமைகளுடன்
பெண்மைக் கொலுக்களின்
ஜிகினா அழைப்புகள்

வர்ண ஜாலம் காட்டுகின்ற
தொடர் விளக்குகள்

கால்மிதிக்கு முதுகேந்தும்
கிழிசல் சாக்கான ஏழையொருவனுக்கு
ஊடுருவல் பலகணி மீது

பசியின் வயிற்றுக் கொப்புளங்கள்
அளிக்காத கிறுகிறுப்பு

விரலோவியம் தீட்டுகிறான்
தெருத்தூசியில்

இனிமேல்
அதற்கும் வரியுண்டு.
*

புறக்கணிப்பில் ஜனிக்கும் கவிதை

மரங்கொத்தியின் அலகென
வன்மையாய்த் தாக்கி
என்னுள் அத்துமீறுகின்றன
நீ தரும் வலிகள்

கட்டமைக்கப்பட்டப் பொய்யுடனும்
ஈயப் பூச்சுடனும்
நீ உதிர்க்கின்ற சொற்களில்
அரூபத்தின் வண்டலென
அகத்தில் உறைந்து
கிடக்கிறது இரணத்தின் சீழ்

குரூரத்தின் மாயவேடமிடும்
உன்னிடமிருந்து தப்பித்துப்
புரையோடிய புண்ணிற்கு
மருந்து தேடி அலைகிறேன்

மணித்துளியில் ஒத்தடமாய்
என்னுள்
வண்ணத்துப்பூச்சியின் சிறகசைவென
ஒரு நூறு கவிதைகள்

உன் புறக்கணிப்பை
மன்னித்துவிடலாம் போலிருக்கிறது.
*

நினைவக வட்டம்

நெடுநாள் அலைந்து மீள்கிறேன்
நினைவுகளிலிருந்து
லாவகமாக நங்கூரமிட்டு
அமர்ந்துவிடுகிறது என்னுள்
அதனது
வெற்றுப் பார்வை.

❀

என்புகளில் சொருகி
நாண்களில் ஊடுருவி
சதையை ஈச்சுத் தின்னி
வேட்டைப் பற்களில் குருதி சொட்ட
நக்கிச் சுவைக்கிறது
நினைவு மிருகம்.

❀

ஒவ்வாத உணவைப் புறந்தள்ளும்
அகப்பையாய் உமிழ்கிறது
நினைவுகளை மனது
சிதறுண்டு கிடக்கின்றவற்றில்
நிணம் அழுகிய நாற்றம்.

❀

தீ மூட்டி
சுதியேற்றிப் பறையடித்துப்
பாடுகிறான் வெட்டியான்
செவியதிர்வில் நடுங்குகிறது சுடுகாடு
கரியெனப் படிந்த சாம்பலில்
கெக்கலித்துச் சிரிக்கின்றன நினைவுகள்
இருளதிர.

காற்றின் கரங்கள்
வம்பாட்டியாய் நினைவுகளை
வாரிச் சுருட்டி
வீதியோரம் நடைபோடப்
பலகணி இடுக்கில்
உருகிக் கரைந்து கேட்கின்ற
எனது பாடலுக்குச் சேர்க்கிறது
சுருதி.

மூச்சுத் திணறும் பூதமென வாய்பிளந்து
காற்றை நீண்டு இழுக்க
நயாகரா நீர்வீழ்ச்சியாய்ப்
பெருகுகின்றன நினைவுகள்
மீளாச் சிறைக்குள்
நான் மீள.
*

இவர்களை எப்படிச் சமாளிக்க..?

பரபரவென விரைகிறேன்
கால வீதியில்

தாய்மையின் துயரில்
தந்தையின் பரிதவிப்பில்
சாக்கடைத் தெரித்துவிட்ட அருவருப்பில்
ஆவேசப் பார்வையில்
துப்பாக்கி குண்டுகளின் சன்னதத்தில்

அதிர்கின்ற
தனித்தலையும் பட்சியொன்றின்
ஓலமொன்றில்
கரைந்து போகிறேன்

சொற்களில் அடங்காத் துயரில்
மனம்

இவ்வுணர்வுகள் இக்காலச் சந்ததிகளின்
செவிகளிலும் அறைய

விரிந்து கிடக்கிறது
சுதந்திரம் கண்முன்னே

நாய்கள் போதும்
பூனைகள் போதும் துணைக்கு

வேண்டுமாயின்
இணைந்து வாழ்ந்துகொள்கிறோம்
கலவி கொள்ள

கூடு கட்ட முடியுமென்பதற்காய்
வித்துகளை விதைக்கச்
சித்தமாயில்லை

முட்டையிட்டுக் குஞ்சுப்
பொரிப்பதாகவுமில்லை

குஞ்சுகளின் எதிர்காலம் குறித்து
உழல அவசியமுமில்லை

சற்று அவகாசம்
எடுத்துக்கொள்ளுங்கள் சீரணிக்க
எனச் சொல்லும்
இவர்களை எப்படிச் சமாளிக்க?
*

அம்மா காக்கை

நாகணவாய்ப்புள் வண்ணத்தில்
மேனிகொண்ட உறவுகள்

கன்னங் கரேலென ருசியான
உப்புமா காந்தல்

மாநிறமுடையவர்கள் மருமகள்கள்
ஆகத் தகுதியில்லை

அனைத்தையும்
தொட்டால் ஒட்டிக்கும் கருப்பென்று
ஒதுக்கிய பக்கத்துவீட்டு
செவத்த மாமி

அச்சு அசலாய்
அவரது குணமொத்த மகன்

சாதம் வைத்து
கா காவென்று அழைக்கிறான்
மாமியின் திதியன்று

வந்த அண்டங்காக்கை உருவில்
அம்மாவைக் காண
மகனின் மனதில் படிந்திருந்த
கருமைக்குப்
பலத்த அடி.
*

இனியும் வேண்டும் கழுவேறுதல்

சதை தின்னும் கழுகுகளால்
மின் விசிறியின் மத்தியில் உயிரைப்
பறிகொடுத்திருக்கிறது மலர்ந்த மொட்டு

பிண்டத்தை நக்கிச் சுவைக்கும்
வன்ம வெறியனின்
கண்ணிமைக்கும் பொழுதுக்குள்
நேர்ந்திருக்கிறது
ஓர் அசாதாரணச் சாவு

சிறுபிஞ்சு மனங்களை
இன்னும் எத்தனை ஆண்டுகள்
தீண்டித்தீண்டித் துரத்தப்போகின்றன
கொடும் அரவங்கள்

பிறப்பைப் போன்றதொரு
இரகசியத்துடன் இருக்க வேண்டிய இறப்பு

ஒரு கவிதைக்குக் கருவான
துர்ப்பாக்கியத்தில்
பிரார்த்தித்துக்கொள்கிறேன்

வரும் சந்ததிகளுக்கு
வேடிக்கை பார்க்கப் படாததொரு
இயற்கையான விடைபெறல்
நடக்க வேண்டுமெனில்

கயவர்களுக்குக் கழுவேற்றுதல்
வாய்க்கட்டும் பகிரங்கமாய்.
*

வியர்வைக் குஞ்சுகள்

உணர்வுகளோடு ஊடி
விடுப்பெடுக்க நினைக்கிறது
சோம்பேறி மனது

திடீரெனப் பணி நிமித்தப் பயணம்
முதியோர் விடுதி நோக்கி
விடுதியெங்கும் மருந்து நெடி
மறதியுடன் உறவுகொண்டு
முனகல்கள் இடையிடையே வீர முழக்கங்கள்

ஒரு படுக்கையில்
நிணமும் சதையுமற்ற
நினைவிழந்தப் பிணியாளி
மறு கட்டிலில்
உறவுகளின் புறக்கணிப்பையும்
துருவேறிய நினைவுகளையும்
தலையணையாக்கிச் சாய்ந்தபடி
நினைந்து புலம்புகின்ற நெஞ்சமொன்று
அப்பால்
பைன் மரத்தின் ஊசி இலைகளாய்
எலும்புகள் தோள் கிழித்துச்
சீழொழுக மற்றொன்று

கண்ணீர் ததும்பிட
வெளியேறி ஓடுகிறேன் மூச்சிரைக்க

உதிர்ந்து கிடக்கின்றன
கட்டாந் தரையெங்கும் சோம்பல்
வியர்வைக் குஞ்சுகளாய்.
*

புதிதாய் வெளிச்சங்கள்

சின்ன அலகில் புல் சுமந்து
சித்தாளாய் வீடு கட்டுகிறது குருவி

முள் சுமந்து நடைபோட உதவுகிறது
நல்ல செருப்பு

ஓயாது நீந்துகின்ற
உறங்காத வட்ட விழி மீன்கள்

சன்னல் விளிம்பில் எலும்பற்றப் புழு
நடத்தும் கம்பீர ஊர்வலம்

தாளை உழுது கவிதைக்கு
உயிர் கொடுக்கின்ற
எழுதுகோல்

தடைகள் வரும்பொழுதில்
நிழலாய் நிற்கின்ற உறவு

இவற்றின் ஊக்கத்தில்
இருட்டெல்லாம் மடிவிட்டு எழுந்தோட
புதிதாய் பிறக்கின்றன விடியலின்
வெளிச்சங்கள்.
*

சித்திரித்தலின் விசித்திரம்

கோடுகளில் அகப்படாதவளை
இன்று பிடிக்கிறேன் சிக்கென

ஒற்றை மனதின் இரட்டை அர்த்தத்தை
வெளியிடுகின்ற பதிப்பாளராய் கண்கள்

காதுகளிரண்டும் அவதிப்படுகின்றன
அசுரப் பாய்ச்சல் வார்த்தைகளில்

பிரத்தியேக வியர்வைக் கவிச்சைக்கும்
காற்றுக்கும் கட்டுப்பட்டு
மூச்சிமுக்கத் திணறுகின்ற
மூக்கு

வாய்க் குகையில்
தொடர்கின்ற யுத்தம்

உறக்கமும் மனதும்
போட்டியிட்டுக் களைக்கும் பொழுதில்
கவிதையில் நெகிழ்கின்ற
விரல்கள்

அக்கணத்தில் கால்கள் ஓடுகின்றன
கடக்கின்ற நரைமேகங்களின்
விசித்திரத் தோற்றங்களை
மாற்றி எழுத

போராட்டம்
வரைவதிலும்தான்.
*

மௌனவெளிப் பயணம்

வேர் பிடுங்கி உண்டு புழுக்கையிட்டு
விரட்டும் மந்தைக் கூட்டமாய் சாத்தான்கள்
வெகு இயல்பாய் விரட்டி
ஒன்றாக்கி நடத்திச் செல்கிறான் மேய்ப்பன்

சவுக்கால் சொடுக்கி
கட்டியிழுத்துச் செல்லுகின்ற
எதற்கு என்பதறியா
மௌனவெளிப் பயணம்

வேதாளமாய் கனக்கிறது
அட்டூழியங்களின் வலிகள்

வலியிலும் முனகலிலும் துடித்து
கூட்டத்தைவிட்டு விலக எத்தனிக்கிறேன்
வடம் தவிர்த்து

அடுத்த நொடியே
கசாப்புக் கடைக் கம்பியில் தொங்கவிடுதல்
சாத்தியம் என்பதறிந்தும்

எங்கு பார்ப்பினும்
சாத்தான்கள் மலங்கழித்த நிலம்
குடலைப் பிரட்டும் நாற்றம்
விரட்டியடிக்க விரைகிறேன்

அறுதியிட்டுச் சொல்ல இயலாத
வேற்றுக் கிரகத்தில் உள்ளது என்கிறார்கள்
மனிதர்கள் உலகு.
*

காயம்பட்டுக் கிடக்கிறது இயற்கை

இலக்கணம் மீறாத கவிதையாய்
காலங்கள் ஆறும்
வெக்கையிலும் மழையிலும்
மரபு பிசகாத ஒலி நயம்

பருவங்களுக்கு
விடலைப் பெண்ணின் நாணங் கலந்த
சிவப்பு முகம் அன்று

கார்காலம் வேர்வையில் ஒழுகுகிறது
உருகியுருகி
புழுக்கம் தாளாத பூமி
பாளமாய் வெடித்து புரண்டழுகிறது

வானம் உடைப்பெடுத்து
வெள்ளம் பாய்கிறது கத்திரி வெயிலில்

நெடுத்துப் பரந்த காடெல்லாம்
தீத்தணிந்து எஞ்சியிருக்கிறது சாம்பல்

'ஹும்' கொட்டாமல்
ரௌத்திரத்தில் காறி உமிழ்ந்து
செத்தொழிந்து போ மானிடப் பதரேயென
சாபமிடுகிறது கடல்

நஞ்சு பாரித்துக்
காயம்பட்டுக் கிடக்கிறது இயற்கை
இன்று.
*

சலனமின்றி மிதக்கும் இறகு

இரவு இன்னும் இளமையாய்
மின்னுகிறது

காற்றின் நரம்புகளில்
மெலிதாகப் படபடக்கின்றன
வெற்றுத் தாள்கள்

காகிதங்களை உரசும் தருணத்திற்காய்
மடக்கொலி சத்தமின்றி
அமைதி கொள்கிறது மைத்தூவல்

இறகு கட்டி மிதந்தபடி
வெளியேறுகின்ற மனதை
இழுத்துப்பிடிக்கிறேன்
துறட்டுக்கோல் கொண்டு
இருப்பினும்
தடதடத்துத் துரிதமாய்க் கடக்கும்
தொடர்வண்டியாய்ப் பறக்கிறது

யாருமற்ற அண்டவெளியில்
நிலத்தின் ஆழத்துள் விரிந்திருக்கின்ற
நீராய்த் திரிகிறது சலனமின்றி

இருள் முழுதும் பிரியாது
ஒளி நிறைந்து பரவாத நேரத்திலும்

மீண்டும் திரும்பி வருமென
மணி பார்த்துக் கதிரையில்
காத்துக்கிடக்கிறேன் நான்.

*

இங்கனம் சாத்தான்

நிலவு வேடம் தரித்திருக்கிறது
சூரியன்

வேலைப் பளு
இரவையும் பகலையும்
தரங்குறிக்க முடியாத
ஓட்டம்

கருப்புக் குறியீட்டு இலக்கங்கள்
கடவுள்களாகவும்
சிவப்புக் குறியீட்டு இலக்கங்கள்
சாத்தான்களாகவும்
மூளையின் நினைவகச் சிப்பில்
பதிவுசெய்யப்பட்ட
பெருநிறுவன இலக்கு திட்டக் கணக்கிடுகள்

குதிரைக்கிட்ட கடிவாளமாய்
அப்பார்வையே எங்கும்

அதிகாரப்பள்ளி செயலியில்
மூன்றாம் வகுப்பு பயிலும் மகனின்
மதிப்பெண்
பங்குச்சந்தை சரிந்ததுபோல
A+லிருந்து C+க்கு நகர்ந்திருக்கிறது

சாத்தான்களின் எரிச்சல்
உகிர் நுதிக்குக் குவிய
அழுந்தக் கிள்ளுகிறேன் மகனை
அரிமாவின் கர்ஜனையுடன்

உடல் நடுங்கி
ஆப்கானிஸ்தானின் பதுங்கு
குழிகளுக்குள்ளிருந்து
தலை நீட்டும் பிஞ்சு விழிகளாய்
மகனின் விழிகள்

வெறி தணிய முயன்று தோற்கிறேன்
பேய் ஆட்டச் சொற்பொழிவு

ஈரம் காய்ந்த கண்களுடன்
இன்றிரவும்
முத்தத்தைப் பரிமாறி
அணைத்துக் கண்ணுறங்குகின்ற
மகன்

சப்பெனச் செவிட்டில்
அறைப்படுகின்ற உணர்வு அந்நொடியில்
துளிர்க்கிறது கண்ணீர்
மீள மீள.
*

இறந்து போகிறபொழுது

தோட்டத்துத் தெற்கு வேலியோரம்
பூவரசின் அடிவேர் கிடக்கிறது
தாத்தாவின் கட்டைக்காக
தறித்ததென்றார்
அப்பா

பாட்டி இறந்தபொழுது கிழக்கு
வேலியிலிருந்த
இரண்டு பூவரசுகள்
விறகாகின

கட்டைக்காக யார் வீடேறியும்
நிற்கக் கூடாதென்று
நல்ல விலைக்குப் போகையில் கூட
வெட்டி விற்காமல்
அடுக்கி வைப்பார் பின்கட்டில்

நுண்மிக்கு இரையான தந்தையின்
சாவறிந்து
துடிதுடித்துப்போனேன்

எவரிட்ட சாபமோ?
பிறிதொரு தேசத்தில் பிணைக்கப்பட்ட
வாழ்வு

கடைசியொரு தரம் அவர் முகங்கண்டு
வாய்விட்டுக் கதறியழக்கூட
அனுமதிக்கவில்லை
சூழல்

பிணமெரிக்கும் மின்னடுப்புக்குக்
காத்திருந்து காவு கொடுத்ததைப்
பகிரியுள் நுழைந்து
பஞ்ச மந்திரம் சொல்லி
கதறியழுதாயிற்று

இங்குப் பனி உறையுந் தேசத்தில்
உயிர் என்று உதிருமோ?
கோடியுடுத்தி கூடியழக்கூட
நாதியில்லை

கட்டை வேக ஒற்றைப்
பூவரசுமில்லை.
*

இரை மீட்டும் துளி

ஒவ்வொரு நாளும்
ஒரு புதிய நாள்

மடத்தனங்களைப் பரிகசித்துக்
கெக்கலிக்கிறது

குரல்வளை நெரித்து
கோபத்துடன் திட்டித் தீர்க்கிறது
குற்றத்தை மௌனமாய்
கடக்கையில்

திரிசமன்களைக் கண்டித்து
வினாக்குறி தொக்க புருவம் உயர்த்தி
நையப் புடைக்கிறது
ரௌத்திரம் தொனிக்க

வெளிச்சத்தின் இருட்டுகளையும்
வெள்ளை நிழல்களையும்
சுட்டிக்காட்டுவதுமுண்டு

பச்சாதாபப்பட்டு கண்ணீர் விடுகிறது
தலை வெட்டப்பட்ட கோழியாய்
அலையும் பொழுதில்

தலையில் முள்முடி இறுக்கும் வேளையில்
வலியறிந்து ஒத்தடம் தருகிறது

என்வழிதான் உன்வழியெனக்
கட்டியிழுக்கும் பொழுதில் பணிய மறுத்தால்
எனக்கான குழியை வெட்டவும்
அஞ்சுவதில்லை

துவளும் பொழுதெல்லாம்
முதுகில் தட்டிக்கொடுத்து உயர்த்துகிறது
நம்பிக்கையை மூன்றாம் கையாய்

அரிதாய்
பெருமிதங்கொள்ளவும் செய்கிறது
உச்சிமுகர்ந்து இதழொற்றி

எப்பொழுதும் என்னோடு ஒட்டியபடி
பறந்தலைகின்ற மனப்பட்சி

போதும் எனக்கு
அச்சிறு துளிப்பொழுதுக்குள்தான்
இரை மீட்டுக் கிடக்கிறேன்
வாழ்வதற்கான பேரண்ட மகிழ்வை.
*

மகவு வதை படலம்

நிலா இன்னும் உறங்கச்
செல்லவில்லை

கடை விரித்த நட்சத்திரங்கள்
கதவடைப்பு செய்யும் முன்

செய் பட்டியலைப் பொதியாய் சுமக்கும்
மகவுகளின் விழிப்பு

வைரப்பனைகளின் சின்ன வடலிகள்
சூரியனைத் தொட்டுவிட
உந்துகின்ற சன்னதம்
என்னுள்

பெருத்த கற்பனை முட்டைகளில்
சூல் கொள்கின்றன எதிர்பார்ப்புகள்

பிஞ்சுகளின் காலத்தை
இறகிறகாகப் பிடுங்கி எறிய
வெதும்பி முடங்குகின்றன
மணிக்கொரு வகுப்பில்

நுங்குவண்டி கிட்டிப்புள்ளாடிய
பால்ய நினைவுகளில்
இடித்துரைக்கின்ற மனதை
செவிட்டாணி கொண்டு அறைகிறேன்

நாளையும்
அடுத்தடுத்த நாள்களையும்
எழும் புதிய பரிணாமத்துடன்
குத்திக்காட்டல்கள்

இப்படியே
பிறத்தலுக்கும் மரித்தலுக்குமிடையே
ஊசலாடுகிறது தினந்தினம்
எனக்கெதிரான போர்ப்பிரகடனம்
என்னுள்.
*

தாள்களின் மொழிகள்

டெட்ராய்டு
அரசு அலுவலகம்

சிரித்த கண்களுடன்
பனித்துண்டு பாவைகள்
சுருட்ட முடி ஆப்பிரிக்க அமெரிக்கர்கள்

உதட்டு மொழி கேட்டு
நிதானித்து உள்வாங்கி வழிகாட்டக்
கட்டணம் செலுத்துகிறேன்
சேவைக்காய்

நாளைய நாளில்
கோப்புகள் தாமாகவே
வீடு வந்து சேருமென
பேருறக்கத்தில் கடக்கிறேன்
அவ்விரவை

சொந்த ஊர்
அரசு அலுவலகம்

கணினியில் விண்ணப்பித்திருந்தாலும்
பழுப்பு நிறத்தாளில் விண்ணப்பம் அவசியம்

அண்ணே கொஞ்சம் முடிச்சுக் கொடுங்க
கெஞ்சல்கள்

நீலம் பச்சை சிவப்பென
வானவில்லின் மையெழுத்தில்
கையெழுத்தை வளைத்தும்
எட்டவில்லை தொடுவானம்

நகராமல் தேங்கிக் கிடக்கிறது
விண்ணப்பப் படிவம்
தேடி எழுதப்படுகின்ற
போலி விதி முறைகளில்

கோப்புகளின் குவியலில் படிவம்
தனித்துத் தெரிந்து முத்திரை குத்தப்பட

இலவச இணைப்பாய்
வசூலிக்கப்படுகிறது பணத் தாள்கள்
சேவைக் கட்டணத்துடன்

படிவங்கள் மௌனமாக நகர்கின்றன
ஆமையாய் மேசைக்கு மேசை

ஆக
நாளைய நாளில் கோப்புகள்
சாம்பலாகாமல் வீடு வந்து சேர

நேந்திக்கொள்கிறாள் அக்கா கடவுளிடம்
விசேஷக் கட்டணத்துடன்
சிவராத்திரி கொண்டாடி
அவ்விரவில்.

*

பிரியா பாஸ்கரன்

அசரீரியில் பிறக்கின்ற கவிதை

ஒரு நாளுக்கு 48 மணி நேரம்
வேண்டுமெனப் பிரார்த்திக்கின்ற
நாள்

முள்வேலிக்குள் சிக்குண்டிருக்கும் பூவாய்
புலம் பெயர்ந்த பகட்டு வாழ்வில்
விலங்கிடப்படாத கைதியாய்
நான்

எப்பொழுதும்
நுகத்தை விட்டு விலகாமல் இருக்கவே
அனுமதிக்கிறது பணிச்சுமை

கவிதை படைக்கும்
நேரமனைத்தையும் பிடுங்கிக்கொண்ட
எந்திர வாழ்வு

அவ்விரைச்சலின் உலைச்சல்
ஒரு வரி எழுதவும் அனுமதிக்கவில்லை

சொற்களைக் காலத்தின் கைகளுக்கு
காவு கொடுத்தாயிற்று

உடலுழைப்பில் கலைத்து
உறக்கத்தின் பிடியில்
மனம்

நினைவுகளின் நெரிசல்
கனவுகளையும் மீறி ஒலிக்கிறது

"என்னை நன்றாக படைத்தனன் இறைவன்
தன்னை நன்றாகத் தமிழ்ச் செய்யுமாறு"
அசரீரியாய் திருமூலர்

இப்பொழுதில் பிறக்கிறது
இக்கவிதை

மெல்லக் கலைந்து
விடிகிறது இருள்.
*

ரேகையில் புதைந்திருக்கின்ற இரகசியங்கள்

ஸ்டெர்லிங் ஐட்சின்
கருமை அப்பியக்
குளிர் இரவு

இருள் கனத்த வெறுமையால் தன்னை
அடகு வைக்கின்ற
ஒருவன்

மூன்றாவதாக முறிந்து போன
திருமணத்தின் கவலையை ஊதியபடி
வெள்ளைக்காரி
ஒருத்தி

சமுதாயத்தை எதிர்க்க முடியாத
பேடியின் முத்திரையில் கனன்று கிடக்கின்ற
பெண்ணொருத்தியின்
முதுகு

கடவுளிடம் புறக்கணிப்பைக் காட்டி
சரணடைகிற
நாத்திகனின் மனக்குமுறல்

துரோகத்தில் எழுந்த துயரத்தை
எரிக்கின்ற தீயாய் ஒருவனுக்கு

அச்சம் கலையாத முகத்துடன்
வேலையிழந்த பதற்றத்தை
சாம்பலாக்கி உள்ளிழுக்கின்ற
ஓர் உதடு

பனி கொட்டிக் கிடக்கும் இரவில்
ஊனப்பட்ட கொள்ளிவாய்ப் பிசாசின்
கண்களாய்
மிரட்டுகின்ற அந்திச் சிவப்பாய்
என் மகளுக்கு

இப்படியாக
தன் உடனிருப்பவர்களுடைய ஆயுளையும்
சேர்த்து விழுங்கும்
இரகசியங்களைப் பகிர்கின்றன

வழி நெடுக கொட்டிக்கிடக்கின்ற
சிகரெட் துண்டுகள்.
*

நிழலாய் நீ

நெருக்கடிகள் தன் வன்ம நாவை
சுழற்றியடிக்கும் நாள்

மண்ணின் மேனியைக் கீறி
முளைக்கும் விதையாய்
மூளைக்கிடங்கிலிருந்து
வெடித்தெழுகின்றன யோசனைகள்

ஆகாய விளிம்பில் செந்நிறத்தில்
தலையெடுக்கும் சூரியனாய்
ஊற்றெடுக்கிறது மனத்துணிவு

வெட்டுப்பட்டாலும் வழுக்கி உடல் தூக்கி
ஊர்ந்து செல்லும் எலும்பற்ற
மண்புழுவாய் தன்னம்பிக்கை

வெக்கையின் சிடுசிடுப்பை உள்விழுங்கி
கசந்த பூக்களிடையே
கனிந்த வேப்பம் பழமாய்
வாகை

அத்தனையும்
சாத்தியமாயிற்று

என்னை முன் நடத்தி
பாதையில் பகலை விதைக்கின்ற
சாயும் வேளையின்
நிழலாய்
நீ இருப்பதால்!
*

துரித உழவு

துரித முடிவுகளுக்காய்
ஓடும் காலம்

உரமிட்டுக் கொழுத்த சாகுபடி
வருடத்திற்கு நான்கு போகம்

லிட்டர் கணக்கில்
மடி நிறைத்து பால் தரும்
சீமைக் கறவைகள்

அரவமாய் நீண்டிருக்கும் வெள்ளரி
பானையாய்ப் பெருத்த கத்தரி
பப்பாளி அளவில் தக்காளி

நெகிழிக் குப்பைகளால்
அலங்கரிக்கப்பட்ட நிலங்கள்

அறுவடை செய்துகொண்டிருக்கிறோம்
நஞ்சுகளை மரண ஓலங்கள் எழுப்ப

நித்தமும் நீலம் பாரித்துக்
காயம்பட்டுக் கிடக்கின்றன உடல்கள்.
*

ஆக்டோபஸ் கரங்களை வீழ்த்தும் பகழி

துருவங்களில் புழங்குகின்ற
காசுகளை ஆக்டோபஸ் கரங்களால்
அபகரிக்கத் திட்டமிடும் நாள்
அதிகார முத்திரையை
சொற்களில் பிரயோகிக்கிறது நிர்வாகம்

பகலிரவின் கணங்களைத் திருடிக்கொண்டு
நுகத்தடியில் பிணைக்கப்படுகிறேன்
இலக்குகளை அடைய
மன அழுத்தத்தில்
இளமையாய் நரை பிறக்கிறது நொடிதோறும்

அடிமாடாய்
வெட்டிச் சாய்க்கப்படுகின்றன
நியாயமான கேள்விகள்

கடலளவு துணிவிருந்தும்
கடுகளவே எதிர்க்கிறேன்
புகலிடக் கைதியாய்

ஈர்ப்பு விசை எப்பொழுதும் ஒத்திசைவில்
குவிவதில்லை

யானைக்கு வரும் காலம்
பூனைக்கும் வரும்பொழுது கேட்பேன்

எல்லாவற்றையும் முடிவு செய்கின்ற
ஆள்காட்டி விரலை
ஏகலைவன் காணிக்கையாய்.

*

நடப்பு வழக்கை உடைக்கின்ற வெப்பியாரம்

தகிக்கிறது
முகில் திறக்காத பாலை

முளைக்காத வறுத்த விதையை
விதைக்கின்ற அரசியல்

புத்தனின் கையில் கூர்வாளைச்
சொருகுகின்ற வன்மம்

பசிகொண்ட பூதமென
வாய்பிளந்து செழுமையை விழுங்குகின்ற
பன்னாட்டு நிறுவனங்கள்

வடக்கிருந்து உயிர் துறக்கின்ற
மருத நிலவாசிகள்

மனிதரை மனிதர் தின்று
தீர்க்கின்ற சமூகம்

கொன்று குவித்துத் தின்றாலும்
சைவமெனச் சொல்லிக்கொள்வது
நடப்பு வழக்காயிற்று

அடிவயிற்றிலிருந்து சூல் கொண்டு
ஆழப் பறிகிறது வெப்பியாரம்

எப்பொழுது கரையுடைக்கும்
எனத் தெரியாப் பெருங்கடலாய்.
*

பிரியா பாஸ்கரன் | 89

உறைதலும் ஒரு மிடறு தேநீரும்

மாசிக்குளிர் பூச்சியத்திற்கு
விறைத்திருக்கிறது
அன்றைய வெயில்

கொண்டல் வித்தைக்காரனாய்
நீரைப் பனிப் பூவாக்கிப்
பொழிகிறது

சிலிர்த்து நிற்கிறது
பழுத்த இலைகளை உதிர்த்த
மேப்பிள் மரம்

நெடுஞ்சினைகளில் தத்தித் திரிகிறது
பேடையுடன் குரீஇயொன்று
'தக்கத் திமிக்கிட' தாளமிட்டு

கூந்தலில் பனி வர்ணம் பூச
தலைசிலுப்பி நடக்கிறாள்
குமரி

பனித் திவலைகளைப் பந்தாய் உருட்டி
பனிமனிதன் செய்வதில்
முனைப்பாயிருக்கிறான்
சிறுவன்

சட்டென மாறும் வானிலையாய்
உலர்ந்த நாள் சில்லென்று மாற

காலதர் வழி விரியும் காட்சியில்
இலயித்து உறைந்திருக்கிறேன்
கதகதப்பைத் தேடி

கோப்பையின் ஊடாக நுழைந்து
ஒரு மிடறு உறிஞ்சிய
ஆவி பறக்கும் தேநீரில்.
*

காலத்திடம் சன்னதம்

மழையில் நனைகிறது
மாலை வெயில்

தேங்குகின்ற முற்றத்து நீரில்
உதைபந்து விளையாட்டு

நகர்கின்ற மழையுடன் போட்டியிடும்
காகிதக் கப்பல்கள்

ஆவி பறக்கும் தேநீருடன்
நாவூறும் மசால் வடை

இவை ஏதுமில்லாமல்
மின்னணு சாதனங்களில்
மூழ்கிக் கிடக்கும் பிள்ளைகள்

நெஞ்சறையில் பொறி கிளர்ந்து
காலெழுந்து ஊர் செல்லத் துடிக்கிறது

காலின் சன்னதத்தைத்
திருகிச் சாய்த்துவிட்டு
அடங்கிப் போகிறது புத்தி

புகலிட வாழ்வைக் கண்டு
கெக்கலிட்டு நகைக்கும் காலத்திடம்
நான் சவால்விடவா?
என் தாய்நிலம் பற்றுவேனென்று.
*

மனசை நனைக்கும் எனக்கான மழை

கானல் வீசும் மாலைக்குக்
கைகுலுக்குகின்ற இராத்திரியிலும்
பரவுகின்றது வெக்கை

மிஞ்சிய எச்சிலை விழுங்கிய
உதாசீனப்படுத்தப்பட்ட
பிச்சைக்காரரின் அகோரப் பசியாய்

காத்திருக்கிறது வறண்ட நிலம்
உரத்த மழையின் கூவலுக்கு

நாடோடிச் சிறார்கள்
பொறுக்கிய ஏடுகள் உருமாறி
நகர்கிற மழையில்
நனையக் காத்திருக்கின்றன
காகிதக் கப்பல்கள்

கடுஞ்சொல்லில் வெந்து
தவிக்கும் மனக்கிடங்காய்
வெம்மையில் பொசுங்குகிறது
தப்புச்செடியொன்று

திடீரென அடித்த
குலுக்கல் பரிசாய்ப் பெருமழை

அவரவர்க்கான துளி மழையில்
நெக்குருகிக் கிடக்கிறது
மனசு.

*

பிரியா பாஸ்கரன்

உருத்திர தாண்டவத்தின் தாற்பரியம்

தூங்கு மூஞ்சி மரங்கள்
விழித்திருந்த இளம் மாலை

வறுமைக்குச் சுவீகாரம் போனவளாய்
வதங்கிக் கிடக்கிறது
மனது

கெட்டிக்கரை போட்ட தறிச்சேலையாய்
நீண்டு கிடக்கின்ற கடற்கரைச் சாலையில்
மெள்ள நடக்கிறேன்

விளக்குத்தூண் அடியில் யௌவனங்கள்
பளிச்சிட
ஆடை நெகிழ்ந்த நிலையில்
மனம் பிறழ்ந்த ஒருத்தி

வானில் தோன்றும் தூமகேதாய்
மடிப்புக் கலையாத சட்டையிட்ட
மிருகமொன்று
நெருங்குகிறது அவளிடம்

பம்மிப் பதுங்கும் ஆட்டுக்குட்டியாய்
இல்லாமல்
எடுக்கிறேன் ஊழிக் கூத்தில்
உருத்திர தாண்டவமாடும்
அவதாரம்

எனது சீற்றம் பொங்கிய
வார்த்தை நெடியில் மிரண்டோடுகிறது
செருப்புக் காதறுந்து போக

வேடிக்கை பார்க்கப் படாததொரு
கண்ணியமான வாழ்க்கைக்கு
நன்றியுரைக்கிறேன்
கடவுளுக்கு

திடீரெனக் கருக்கொண்டு வானம்
உடைப்பெடுக்கிறது
மனசெல்லாம் முளைக்கின்றன
உடுக்கள்.
*

இல்லது தோன்றாது உள்ளது அழியாது

பெய்துகொண்டிருக்கிறது
பெரும்பெயல்
எச்சமாய் குழியில்
மீண்டு நடக்கிறேன்
சிறு விதையென
நீர் ஊறி
உப்பிப் பெருத்து வேரூன்றி விரிகிறேன்
சிறு பரட்டையாய்

காற்றுக்கு இறைஞ்சிக் கவடசைக்கத்
தாமாய் வந்தன தளிர்கள்

இல்லது தோன்றாது உள்ளது அழியாது
சித்தாந்தம் செவியிலறைய
பெருமரமாய்த் துளிர்த்தெழுகிறேன்

காற்றை மீட்டி தழைகளில்
'ஒய்ய்ய் ஒய்ய்யென' ரீங்காரம் எழுப்ப
"சும்மா இரு" அதட்டுகிறாள் ஔவை

சொற்களற்ற ஆலாபனையில்
தொட்டிலாட்ட வந்தமர்ந்தன பறவைகள்
பசியாறக் கனிகளைச் சுமந்தன பறவைகள்

இல்லை நான்
இப்பொழுது
நிலத்தில்.
*

முத்தத்தில் எழுந்த சுயம்பு

வெயில் விரித்த புழுக்கத்தில்
விடிகிறது அன்றைய நாள்

வெறுமையின் கசாயத்தைப்
பருகியபடி எழுகிறேன்

ஓடு மீன் ஓட உறுமீன் வருமென
ஒற்றைக் கால் கொக்காய்
இடர்கள்

எடை கூடிய மனதைச் சமன் செய்யத்
திண்டாடுகிறேன்

அப்பொழுது
அம்மாவெனக் கட்டியணைத்து
வயிற்றில் முத்தமிட்ட
குழந்தையின் அரவணைப்பில்

காற்றில் கரையும் கற்பூரமாய்
மன எடைக் கரைய
வாழ்வைச் சுகிக்கிறேன்
இக்கணத்தில்
நீந்தும் மீன் குஞ்சாய்.
*

விருட்சத்தின் துயரைக் கரைத்தழிக்கும் தலைவன்

உயரிப்பனையின் நெடுஞ்சினையில்
தூக்கணாங்குருவிக் கூடாய்
தொழில்

கருங்கோட்டுப் புன்னையின் கொழு நிழலில்
இளைப்பாறத் துடிக்கும் வெயிலாய்

வியர்வையில் நீரூற்றி வளர்த்த
உழைப்பின் கசகசப்பு

இருப்பினும்
உண்ண மறந்தும் உறக்கம் மறந்தும்
மலங்கழிக்கும் போதிலும் கூட

காற்றின் திக்குகளில்
அலைக்கழிக்கிறது மனதைத்
திமிலாய்

நாளும் எவரோ ஒருவரால்
திணிக்கப்படும் வன்மங்கள்

தன்னை மறந்து தலைவன் தாளேயென
அகலிடம் புக கரைந்தழிகிறது
விருட்சத்தின் துயர்.

*

நினைவை உழ விளைந்தவை

சலவைத் தளங்களில் உயிர்ப்பற்றிருக்கும்
மொண்ணைத் தனமில்லாச்
சாணம் மெழுகியத் தரையின்
மாக்கோலம்

ஆழ்ந்த தனிமைக்குத் துணை சேர்க்கும்
பல்லியின் சிற்றொலி

உடும்பாய் இறுக்கிப் பிடித்த தழுவலில்
நுகரும் சேயின் அன்பு

மரிக்கொழுந்து கமழ
டிரங்குப் பெட்டியில் பத்திரப்படுத்திய
அம்மாவின் கூரைச் சேலை

நினைவை உழுது பார்க்கிறேன்
மனது நொந்து சுருங்கும் கணங்களில்

சடுதியில் புகுந்து ஆற்றுப்படுத்துகிறது
சிறு புள்ளியாய் எப்பொழுதும்
சிறு மகிழ்வு.
*

புலனமும் புதிய இலைகளும்

நடுங்கும் குளிரில் நிறைமாத
நிலவிரவு

எலும்புக் கூடுகளாக விறைத்து நிற்கும்
வில்லோ மரக்கவடுகள்

நகரச் சந்தடிக்கு என்னைத் தாரைவார்த்து
அப்பாவின் நினைவுகளைச் சுமக்கும்
அம்மாவாய்

தலையில் சுமந்தலையும் கவலைகள்
விழிகளில் இறக்குகின்றன நீரை

மகளின் பிஞ்சு விரல்கள் தீண்டலில்
கரைகின்றன கண்ணீர்

கரங்கள் தாமாக அம்மாவை அழைக்க
அலைபேசியை எடுக்க

ஊர்க் கோவிலில் விளக்குப் பூஜை
எதிர் வீட்டுப் பேத்திக்கு நன்னீராட்டென
உயிர்த்திருக்கும்
அம்மாவின் நொடிகள் படங்களாய்
புலனத்தில்

இப்பொழுது
வில்லோ மரக்கவடுகளில்
துளிர்த்திருக்கின்றன
புதிய இலைகள்.
*

புதிரான நாளின் பிரயத்தனம்

இப்பொழுதெல்லாம்
புதிரான நாளாக விடிகிறது
முயன்று முயன்று பார்க்கிறேன்
விடை தெரியாமல்

முகத்துக்கு முன்னே கைக்குலுக்கி
வரவேற்றோர்
முதுகுக்குப் பின்னே குழி பறிக்க
இதயச் சுவருக்குள் கழுக்கடைக் கொண்டு
குத்திய வலி

சில சமயம் ஆடு புலி ஆட்டமாகவும்
சில சமயம் பரமபதமாகவும்
யாக்கையின் யாத்திரை நீள்கிறது
குண்டு குழி நிறைந்த நாட்களில்

ஒவ்வொரு குழியிலும் பொறி வைத்துக்
காத்துக் கிடக்கிறது இனவெறி

மீள எழும் பொழுதில்
இனவெறிப் பிண்டத்தின் சதையைப்
பிய்த்துக் கொணரும் எத்தனம் என்னுள்

மனதிற்கிசைந்தபடி நியாயத்தை
வரையறுக்கப் பிரயத்தனம் செய்கிறேன்

ஆதலால் சற்று விலகியிருங்கள்.
*

உயிர்வளியின் பேரண்டப் பெருநேசம்

ஏழு கடல் தாண்டி
ஐவகை நிலங்கடந்து
பணி நிலப் புகலிடத்தில்
செக்குமாட்டுச் சீவியம்

வீடு வேலை
மகிழுந்து ஓட்டத்தில்
எந்திர வாழ்வு

குறைமாதச் சிசுவாய்
வார இறுதியில் கொண்டாடப்படுகிறது
பண்டிகை

அலைபேசியில்
உறவிழப்பை நொடிகளில் விசாரிக்கிறது
இழவு கேளலின்
விம்மல்

இப்படி
பட்சியை விரட்டும்
வெருளியாய் விரட்டுகிறது
வெற்று வாழ்விற்கான
பட்டியல்

இருந்தும்
இன்று வரையிலும் உயிர்ப்புடன்
வைத்திருக்கிறது

மனைமரத்து எல்லுறு மௌவலாய்*
படர்ந்திருக்கும்
தொப்புள்கொடி உறவுகளின்
பேரண்டப் பெருநேசம்.

*பரணர் குறுந்தொகை 19: - மனைமரத்து எல்லுறு மௌவலாய்
*

என் காலத்தின் காலடியில் மர்பிஸ் விதி

கூதல் தேசக் குளிரில்
கணப்படுப்பின் அனலாய் இருப்பு

எந்திரமாய் உழல்கின்ற நொடிகளில்
இழை பிரியும் மெல்லிய சாரலாய்
முத்தம்

சடுதியில் மனவிதுரம் தீர்க்கின்ற
ஒற்றைச் சொல்

ஆரோபிதமிருந்தும்
அவிழாப் புதிராய் பிரியத்தின்
அணுக்கம்

இப்படியாக
உயிர்ப்பிக்கின்றாய் என்னை

மர்பிஸ்* விதியால்
பின் தொடரும் இன்றைய தினம்

மார்பில் அடித்து அழுதபடி
ஓடுவதைப் பார்த்து
என் காலம்
கண்ணடித்துச் சிரிக்கிறது.

*Murphy's Law: "Anything that can go wrong will go wrong".

*

வசீகர நாளுக்கு ததாஸ்து சொன்ன தேவதை

புலரியின் வசீகரத்தில் துயிலெழுகிறது
இருளுடுத்திய இரவு

குரலுருகக் காந்திவழியும்
பட்சியின் ஆலாபனை

மெல்லிய இடுதிரையினூடாக
எட்டிப்பார்க்கும் ஞாயிறொளி

தாதியின் பரிவோடு கேசம் கோதும்
சில்லென்ற காற்று

கூடிழைக்க மூக்கின் நுனியில்
புல்லிதழ் பொறுக்கும் தேன்சிட்டு

மது ஊட்ட
முகிழ் அவிழ்க்கும் மலர்

இவ்வாறாக
அவசரகதியில் இயங்கும் நொடிகளை
ஏய்த்து இருத்திக்கொள்கிறது
இன்றைய நாள்

இன்று புதிதாய்ப் பிறந்தோமேமென
நினைக்கிறேன்

ததாஸ்து என்கிறான்
பகிரியில் என்
ஆண் தேவதை.
*

இறகாய்ப் பறந்தலையும் மனது

கழிவுகளை மனது
கழுதையாய் சுமக்கின்ற மாலை

விழிகளை ஓட்டினேன் சாளரத்தின்
கம்பிகளுக்கிடையில்

மேப்பிள் கவடுகளில் அங்குமிங்கும்
தாவிய படியே இருந்தது

தொலைத்த பொருளைத்
தேடுதல் கூடும்
அல்லது
மறைத்த ஒன்றைக் காணும் பதட்டம்

மெல்ல வேங்கையின் பதுங்கல்

ஏந்திழைத்த கைதேர்ந்த தச்சனின்
இலாகவத்துடன் ஈனிலொன்று
பச்சிலைகளின் ஊடே

இப்பொழுதெனக்கு பறந்தலைகிறது
மனது இறகாய்

ஆங்கு
அச்சிறு குரீஇயின் குடம்பைகளில்
தொலைந்து போன
மனக் கழிவுகளில்.

*

விதிக்கப்பட்ட பிரசவம்

சாக்காடு உள்ளிடத்தில் அமர
மெல்ல மனது இறக்கை விரித்து
கொண்டலில் நுழைகிறது

நினைவுகள் நெஞ்சில் முகிழ
புனைவுகள் சூல் கொள்கின்றன புதிதாய்

உணர்வுகள் இடம் பெயருகின்றன
படிமங்களாய்

சொற்கள் சோர்வின்றி விழ
வரிகளில் வழுவழுப்பாய்
சறுக்குகின்றன

கண்கள் காகிதத்தைத் தேட
விரல்கள் பேனா ஏந்திட
கிறுக்குகிறேன் லிபிகளை

மரணிக்கும் சந்தோஷ நொடிகளில்
ஜனிக்கிறது இக்கவிதை
குறைப்பிரசவத்தில்

இதுதான் இன்று
விதிக்கப்பட்டது.
*

சாமரத்தில் மீண்டெழுந்த நீலி

நின்ற கடிகார முள்ளின் இளைப்பாறுதலில்
நொடிகள் நீண்டுகொண்டிருக்கின்றன

முகம் பல நாக்கு பல சில பேருக்கு

நகாசுச் சொற்களில் வீசுகின்றன
அழுகிய மனதின் முடை நாற்றம்

எப்பொழுது வருமோர் உறுமீன் என
புறவெளியில் காத்திருக்கின்றன
திமிங்கலங்கள்

பிரமாண்ட ஆதி விலங்கின் காலடியில்
நசுங்கும் உயிரினமாய் சாகின்றன
உயிர்ப்புகள்
தோற்றுப் போகிறேன்
துளி உயிர்ப்பை மீட்டெடுக்க

அப்பொழுது பெருவளியில் அலங்கும்
உலவை நெடுஞ்சினையொன்று
உதிரும் எனத் தெரிந்தும்
மீண்டும் துளிர்க்க விரைகின்ற மரமொன்று
சாமரம் வீசிகிறது பலகணி ஊடாக

என்னுள் தேடி ஓங்காரமிடும் இருளடைத்த
அசுர உலைச்சலை வதம் செய்ய
மீளமீள எழுகிறேன் நீலியாய்.

*

மூழ்காமல் மிதக்கும் நினைவுகள்

நள்ளிரவைத் தாண்டிய அடர் இருள்
குளிரில் உறைகிறது

பாசடை நிறைந்த தருவனத்தில்
மிதக்கின்றன நினைவுகள்

கொளுவிப் போட்டு இழுக்கின்றேன்
ஒவ்வொன்றாய்

வாழ்வின் துயரங்களில் சிக்குண்டு
கிடந்தவளை மீட்டெடுத்தத் தருணங்கள்

"தங்கம்" என்ற விளிப்பில்
மூச்சுக்காற்று ஆயுளுக்கு முடிவெழுதினாலும்
துடிக்கின்ற இருதயம்

நாவில் வைத்திருந்து
உள்விழுங்கும் பனிக்கூழின் தண்மையாய்
உதடு குவிதலின் மெல்லிய ஒற்றல்

அத்தனையிலும்
இதயச்சுவரைக் கொத்திக்கொத்தி
ஊடுருவுகின்றன பிரியங்கள்

நீர் நீடு ஆடி கண்கள் சிவக்கின்றன
வரித்த செந்நீரில்
கானல் நீராய் நீ.
*

மௌனம் சில நேரங்களில் ஓங்கி அறையும்

அன்றாடம் ஒரு பத்து நிமிடம்
புத்தகம் வாசிக்கச்
சத்தமில்லாச் சூழல் அமைவதே
அரிதான ஒன்று எங்கள் வீட்டில்

ஒலிபெருக்கியை உள்விழுங்கிய குரலோடு
ஆயிரம் கதை சொல்லும்
ஆருயிர் இளைய மகன்

அம்மா அம்மாயென மூச்சுக்கு
முந்நூறு முறை காலைச் சுற்றி
'க்ளுக்' எனச் சிரிக்கும்
மகாராணியான மகள்

தனது பேச்சால் குவலயத்தைக்
கட்டியிழுக்கும் பிரியமான மூத்த மகன்

இன்று முழுக்க அவர்கள்
விடுமுறையைக் கழிக்க மாமன் வீட்டில்

வேறென்ன
பேனாக்களுக்கு மை நிரப்பி
கவிதை நிறைக்கத் தயாராக
அறையின் மௌனங்கள் ஓங்கி அறைகின்றன
வெற்றுத் தாள்களில்

எப்பொழுது உடையும்
இந்த மௌனம் என மோனத்திரையுள்
கட்டுண்டு கிடக்கும் நான்.

*

ஆழ் மனக் கனவு

அனல் வீசுகிறது வெக்கை

சோம்பேறி பழிபோடுபவர்
குறைசொல்லியென்ற
அடையாள அட்டைகளுடன்
நுழைகிறார்கள் உடன் பணிபுரிபவர்கள்

அவர்களிடமிருந்து விலக முனைகிறேன்
வலிந்திழுத்து புறம் பேசி
நாவுகள் குதறி வீழ்த்துகின்றன

சுற்றி வளைக்கும் பகல் இறுக்கத்தின்
சிறைக் கூடத்திலிருந்து
தப்பி ஓடி வருகிறேன்

இரவு
அகவெளியெங்கும் புழுக்கம்
துயில்கிறேன்

தூவானத்தின் கிட்டுகையுடன் ஒரு குரல்
சும்மாயிருக்கும் சாத்தானின்
உலைக்களங்கள் அவர்கள்
விட்டுத்தள்ளு என்கிறது
அப்பாவின் சாயலில் தேவனொன்று
ஆழ் மனக் கனவில்

விழித்தெழுகிறேன்
வேர்பற்றி விரியும் பரட்டையென
வெக்கைத் தணிக்க.
*

அலைபேசியில் வரும் அசரீரி

அந்நிய மண்ணில் கடூழியம்
முடிந்து வீடு திரும்பும் இரவு

நாவியொன்று பனி இரவில் வேலியை
மெல்லக் கடக்கிறது

வெண்பனி நெய்த மெல்லிய வஸ்திரத்தால்
முக்காடிட்டு உறங்குகிறது
சருகுகள் உதிர்ந்த
பூந்தாது

உயிர்வளி விடுத்த கணத்தில்
'ஸ்கங்' துப்பிய வீச்சம் வயிற்றைப் புரட்ட
வெளி வர முனைகிறது குடல்

வீடடைந்து குளிருடைப் பாரம் நெகிழ்த்தி
உடல் தளர்த்தி ஓய்ந்தமர

தமிழகச் செய்திகளிலிருந்தும்
வலைத்தள விழியங்களிலிருந்தும்
வீசுகின்றன பிணவாடைகள்

மூச்சுத்திணறலில் வீழ்கிறேன்
படுக்கையில் இயந்திரமாய்

கபாலக் குடுவைக்குள்
பந்தாடுகின்றன நினைவுகள்

நெடுநேர விழிப்பிற்குப்
பிறகு உறக்கம்

பெரும்புலர்விடியலில்
ஊரிலிருந்து வரும் அழைப்பில்
அறிவிப்பின்றி அலறுகிறது
அலைபேசி

எங்கள் லக்ஷி கன்று ஈன்ற செய்தியாகவோ
தோட்டத்து மாமரம் பிஞ்சு விட்டதாகவோ
அக்கா மகனுக்கு வேலை கிடைத்த
விஷயமாகவோ கூட இருக்கலாம்

அது இன்னொரு
அகாலமரணச் செய்தியாகத்தான்
இருக்க வேண்டுமென
நம்புவானேன்..?
*

தேசாந்திரி நேத்திரங்களின் வர்ணம்

அன்றைய நாளானது
வெயில் அணிந்திருக்கிறது

நடைபாதையில் சித்திரம்
வரைவோனொருவன்
தூரிகையால் தீட்டிக்கொண்டிருந்தான்

தூரிகையின் விரல்கள் நீண்ட இடமெல்லாம்
பற்பல கோடுகள்

கிழித்த கோடுகளில் உருப்பெறுகின்றன
பெருஞ்சுவர்களான சீமை ஓட்டு வீடு

சுற்றியும் காந்தள் மலர் கொழு முகை
நிறைந்த மலர்த்தோட்டம்

திடீரென முகில் வெளியில் பறக்கும்
போர் விமானங்கள் உமிழ்ந்த
தீப்பிழம்பில் மெல்லப்
பற்றி எரிகின்றன சீமை ஓடுகள்

இப்பொழுது அவனது கரங்களுக்கு
நிகராய்
தேசாந்திரியாய் அலைகின்ற
அகதியான அவனது நேத்திரங்களில்
ஏக்கங்களின் நிராசைகள்
தீட்டிக்கொண்டிருக்கின்றன
தனது வர்ணத்தைக்
குருதி சிவப்பில்.
*

வரங்களின் தரிசனம்

செக்குமாடாய் உழைத்த பகல்
உறங்கத் தொடங்குகிறது
இரவில்

நாலா புறமும் அடர்ந்த மரங்கள்
ஒரு வயதான மரத்தின் வேப்பம்பூ
இளமையாய் கமழ
அழகிய குடில் - நடுவில்

உள்ளே மனதோடு போட்டியிடும்
அகன்ற முற்றம்
முற்றத்தில் நினைவைப் போல
நித்திய மல்லி

மேலே இன்னும் சில தினத்தில்
பௌர்ணமியைப் பிரசவிக்கும் நிலவு

ஒல்லியான காற்று உலாவி வரக்
கயிற்றுக் கட்டிலில் ஆழ்ந்த உறக்கம்

மீண்டும் மீண்டும் துளிர்க்கின்றன
கனாக்களாய் இவை

வரங்களின் தரிசனங்கள் என
அதைச் சுமந்தபடி உறங்குகிறான் -
அந்நிய நாட்டில்
பணியின் அயர்ச்சியில்
அகதி ஒருவன்.
*

சொற்கள் நிரம்பி வழியும் குடுவை

கொடுங்கோடைச் சொற்களால்
இகல் பாராட்டிச் சுட்டெரிக்கும்
மனிதர்கள்

பாளம் பாளமாய் வெடிக்கிறது
மனது

மனம் போன திசையில் பயணிக்க
பெரு மழையுடன்
இருண்ட காண்டாவனம்

ஓராயிரம் நெருப்பெறும்புகள்
மொய்த்திருந்து தின்னுகின்றன
மனதை

வலியால் துடிதுடிக்க
ஆர்ப்பரித்தெழுகின்றன கொடிய
நினைவுகள்

அவற்றின் பிடியிலிருந்து
லாவகமாகத் தப்பியோடிக்
கண்டெடுக்கிறேன்
நீ கொடுத்த சொற்களின் குடுவையை

திக்கொன்றாய் அவிழ்த்துக்
கொட்டுகின்றேன்
வழி நெடுக
அன்பின் பிசுபிசுப்பு.
*

மீசை என்பது மீசை அல்ல

நரைத்தாலும் கம்பீரத்துடன்
முறுக்கேறிய மிடுக்கு

குடாவடிக் குருளையாய்
எனது குழவியின்
உச்சிமுகர்தலில்
கிச்சு கிச்சு மூட்டியவை

நவரசங்களிலும்
தனது இருப்பைப் பதிய வைத்திடும்
சூட்சுமம் அறிந்தவை

நீவிக் கொடுத்து நெஞ்சை நிமிர்த்தி
கர்ஜிக்கும் தோரணையில்

என்னிடம் வம்பிழுக்கின்ற
சண்டியர்களுக்கு
கிலி கொடுக்கும்
சூருடை கருப்பண்ணசாமி

இன்றும்
பால்யத்தின் சுவடு மாறாமல்
பெரியப்பாவின் மீசையைக்
காணும் பொழுதெல்லாம்
இழுத்து
மீண்டும் முத்தமிட ஆசை.
*

தொலைந்து போன உதிராத சொற்கள்

கத்தரி வெயில்
வெக்கைக்கு விடுமுறை இல்லை

ஸ்தூலமான கட்டிடத்தில் நான்

கூடவே என்னோடு
தொட்டிச் செடியொன்று
காலதரின் ஓரத்தில் காத்திருக்கிறது
அலரின்றி

காற்றுப் பதனாக்கி உமிழும் ஈரக்காற்றில்
பெருமழையென நனைகின்றன
உனது நினைவுகள்

அன்று
நறிய முல்லை முகைகள் நிறைந்த
முழம் பூ கொடுத்த
உனது பிரியங்கள்

தலையில் சூடி மகிழ்கிறேன்

கண்சிமிட்டும் மௌனச் சிரிப்பில்
அஞ்சிறையாய் மிதக்கின்றன ஆழ்மனதில்
யௌவனத்துடன்
உனது செறி சொற்கள்

இன்று
கானல் நீரில் தொலைந்து போகின்றன
உதிராத உனது சொற்கள்

நினைவுகள் மட்டும்
உயிர்ப்பாய்

இனி
எப்பொழுது அரும்பவிழ்க்கும்
என் காலதரின்
தொட்டிச்செடி...?
*

எனைப் பின்னும் பிரம்பே

அரில் பவர்ப் பிரம்புக் கொடியானது
உன்னுடனான எனது நேசம்

இரவும் பகலாகிட
துஞ்சாமல் காத்திருக்கிறேன் உனது
உரையாடலுக்காய்

விசிறிய பொரியினைக் கவ்வும்
இலஞ்சியின் கெண்டை மீன்களாக
பரபரப்பான வேலைகள்
உனது பொழுதுகளைக் கவ்வ

உயிர் குடிக்கும் உனது
மௌனச் சொற்களின் தொடுகை
எனது கவிதை மழையானாலும்

அவ்வப்போது வரும்
நம்மிடையேயான ஊடல்கள்

நடிகன் வேடமிட்டு மௌனமாய்
நடிப்பதைப் பாரேன்
அதுவும் எவ்வளவு அழகு.
*

கல்லறையில் உதிரும் பூக்கள்

வெக்கையிலிருந்து விடுபட்டு
ஆசுவாசப்படுத்திக்கொண்டிருக்கிறது
மாலை

சன்னலினூடே பார்க்கிறேன்
திரை விலக்கி

இணையின் அலகோடு அலகிணைத்து
உறவாடுகிறது
கூடடைந்த பரதேசம் சென்ற
பேடையொன்று

செவிப்பறையில் மோதுகிறது
குசலக் கீச்சொலிகள்

எனது இருதயத்தினுள்ளும்
நகரும் கடிகாரமுள்ளின்
ஒவ்வோர் துடிப்புடன்
என்தேசம் சென்று திரும்புகிற ஆவல்

நுண்மிகளங்கே சூல் கொள்ள
மனிதப் பிண்டங்கள்
குவிந்து கிடக்கிறதெனயறிய
துக்கம் முட்டி நெஞ்சு விடைக்கிறது

கல்லறை மீதில் உதிர்ந்த பூவென
விறைத்திருக்கிறது
காலம்.
*

சொட்டும் முத்தத் துளி

அடைமழை நேரத்துக்
குகைக்குள்

ஓவியம் வரையத் தேடிய
பச்சிலையின் நுனியில்
சொட்டிய ஈரத்தில்

நுகர்ந்தேன்
கவிதையாய் உனது
முத்தத்தின் வாசம்.
*

பால்யத்தின் சாவி

நாகணவாய்ப்புள் வண்ணத்தில் மேகம்
வானம் மதகு திறந்து கொட்டியது
பெருமழை

சுருக்காகப் பள்ளி மணியடிக்க
வீடு திரும்புகிறேன்
வீதியெங்கும் வெள்ளக்காடு

முழந்தாள் வரை இழுத்துச் சொருகிய
பாவாடை விளிம்பில் ஈரம்

நீர் சொட்ட
வீட்டினுள் நுழைகிறேன்

முற்றத்தின் அண்டாக்களில் நீர்
நிரம்பி நுரைக்கிறது
அம்மா ஆற்றிய டபராவின் குளம்பியாய்

வாம்மா குட்டியெனத்
தாழ்வாரத்தில் காத்திருக்கும்
அப்பாவின் குரல்

கூடவே ஆவி பறக்கும் வடையின் வாசம்

பால்யத்தின் சாவி கொண்டு திறக்க
இன்றும்
தொண்டைக் குழிக்குள் சூடாக இறங்குகிறது
அப்பா ஊட்டிய வடை.
*

வெப்பியாரக் கேவலில் நனையும் ஆன்மா

வெயிலில் உலர்த்திக்கொண்டிருக்கிறது
இன்றைய
நாள்

பகிரியின் வழியாய் ஊருக்குள்
நுழைகிறேன்

சில மணித்துளிக்கு முன்
நுண்மியால்
மரணத்தினுள் வீழ்ந்த ஒருடல்

தணிந்துவிடவில்லை
இன்னமும் உடற்சூடு

வட்டமிடும் பிணந்தின்னிக் கழுகுகளும்
சூழவில்லை

சுருள் வத்திக்குள் பயணிக்கின்றன
நினைவுகள்

சில மாதங்களுக்கு முன்பு
நுண்மிக்கு இரையாகிய தந்தையை
அநாதைப் பிணமென
பழித்த செந்நாவு

தொற்றால் காட்சியற்ற பிணமாய்
இன்று

எவர் உடல்
எப்போது மண்ணுறையும்
என்பதறியாக் காலமிது

அடிவயிற்றிலிருந்து ஆழ எழுகிறது
வெப்பியாரக் கேவல்
மெல்லக் குருதியெனக் கசிகிறது
கண்ணீர்

தெப்பமாய் நனைகிறது
அப்பாவின் ஆன்மா.
*

வெள்ளியாய்ப் பிரகாசிக்கும் பொய்

முன்னிரவில் ஆயத்தமாகிறேன்
ஒரு கவிதையாய்த் துளிர்க்க

மெல்ல இறகுகளில்
விசைகூட்டிப் பறக்க எத்தனிக்கிறேன்

கர்ப்பச்சுவரில் முட்டிமோதி வெளியேறி
உலகைக் காண விழையும்
ஒரு குஞ்சின் வீரியத்துடன்

வினாக்குறி தொக்க விழிகளை
உயர்த்திப் பார்க்கிறேன் என்னுள்

மனயுகத்தின் தடத்தில் நிறைசூல் கொண்டு
முன்னிரவில் மௌனத்துள் முளை விட்ட
கவிதை
பின்னிரவில் காவியமாய் விரிகிறது
உன்னையே எழுதுவதால்

உன்னை நான் ரசிக்கவில்லை என்று
சொன்ன பொய்
நள்ளிரவு என் வானில் தெரியும்
வெள்ளியாய்ப் பிரகாசிக்கிறது
வசீகரமாய்.
*

என் கவிதையிடம் தொலையும் இரவு

வினாடிக்கு
இலட்சத்தில் பிறக்கின்றன
உன்னைப் பற்றிய நினைவுகள்

காற்றை ஆழ உள்ளிழுத்து
பெருமூச்சாய் விட
கனத்துப் போகிறது
இருதயம்

சூல் முதிர் சொற்களுக்கு
ஈனில் இழைகிறது
அன்றைய இரவு

இரவின் ஓவியமாய்
வெகு சுதந்திரமாய் ஜனிக்கிறது
நிபந்தனையற்ற
அன்பு

நிபந்தனையற்ற அன்பைக்
கவிதையாக்குதலில்
தொலைந்துகொண்டிருக்கிறது
இரவு.
*

உன் இரவின் பறவையாக வா!

இரவும் பகலும் நம்மிடையே
சீனச்சுவரானது என்பதை மறந்துவிட்டு

கொல்லன் உலைக்கல்லின் கோபத்துடன்
உனது நேசத்தைப் புறக்கணிப்பதாகச்
சொற்களில் புயல் வீசுகிறாய்

குறிபார்த்து எறியும்
எயினனின் பகழியைவிட
உனது சொற்களின் வீச்சு
பதம் பார்க்கிறது
எனது நெஞ்சை

மௌன ஆறு நம்மிடையே
உருவாகும் முன்

இறைஞ்சுகின்ற என் நேசத்திற்கும்
இடையூறாகவிருக்கும் உன் நேரத்திற்கும்
உள்ள முரணைத் தகர்க்க

பகலில் தான் உறங்கும் மரத்தை விட்டு
இரவில் உனைத் தேடி அலையும்
ஒரு கூர் உகிர்ப் பறவையாய்
மாறிடவா நான்.
*

நீ போ... கவிதையே வா!

வன்ம நாவைச் சுழற்றி
யுத்தம் செய்கிறாய்
சூல் தரித்த பேரின்பம்
சிதைவடைகிறது

நஞ்சில் வெந்து போகிறது இருதயம்
ஆறாத் தழும்புகள் எங்கும்

கழுதையாய் அவற்றைச் சுமக்காமல்
கழற்றி ஹேங்கரில் தொங்கவிட
அம்மணமாய் விரிந்து கிடக்கிறது
மனது

அப்போது
சொற்களின் முகூர்த்தமைந்திட
இறக்கையசைத்து விரியக் காத்திருக்கிறது
கவிதைக் குஞ்சொன்று

அதுவே போதும் எனக்கு
பெய்யெனப் பெய்கிறது
எனது
உணர்வுக் கூட்டில்
மாமழை.

*

பெண்ணாகும் நான்

மழைத்துளி விழுந்த கணத்தில்
எழும் மண்வாசமாய் அது நிகழ்கிறது

முதலும் முடிவும் ஏதுமில்லா
கட்டாயங்களின்றி மெல்ல

ஒரு உருக்கும் மெல்லிசையாகவும்
தொட்டவுடன் தாக்கும்
மின்சாரக் கம்பியின் அதிர்ச்சியாகவும்
அது தழுவுகிறது

அர்த்தங்கள் எல்லாம் அனர்த்தங்களாய்த்
தெரிய
தர்க்கப் போராட்டத்திலிருந்து தப்பித்து
அந்நொடியில் கரைவதைத்
தடுக்கவா இயலும்..?

தேடலின் முடிவாய்
என்னுள் விதைத்துக்கொண்டே
இருக்கின்றாய்
பேரன்பை
முளைத்துக்கொண்டே இருக்கிறது
காதல்

கையறுநிலையில்
முழுதுமாய் மூழ்கி உறைகிறேன்
நேரங்களை அழகாக்கும் உன்னோடுதான்
பெண்ணாகிறேன் நான்.
*

அபயக் கரம்

சன்னலினூடே நீண்டுகிடக்கிறது
ஒரு மரவட்டையாய் நள்ளிரவு
அதன் நகலென இருளில்
சுருண்டு கிடக்கிறேன் பிரயத்தனத்துடன்

கண்ணுக்கெட்டிய தூரம் வரை
பனிமூடிய பெருவெளி

உறைந்திருக்கும் குளிரில்
இலைகள் உதிர்ந்த
மேபிள் கவடுகளிலிருக்கும் பச்சையமாய்
குளிர்ந்திருக்கின்றன
உனது நினைவுகள்

சங்கிலியாய் நீளும் நினைவுகளின்
நெடு இரவுக்குள்ளிருந்து
பேரன்பின் குரல்
எனை மீட்டெடுக்கிறது

உறைபனியெனக் குழையும்
அக்குரலை உற்றுக் கேட்கிறேன்
எண்ணற்ற குரல்கள்
எண்ணற்ற மீட்பர்கள்.
*

பிரியா பாஸ்கரன்

கவிதை அறுவடை

சடுதியில்
சொல் நெருப்பை வீசி
மகிழ்வுறும் வன்ம புத்திக்காரர்களின்
சூக்குமம் புரியாமல்தான் இருந்தேன்

குரூர விஷம் தடவி எய்திய அம்பில்
சல்லடைப் பொத்தல்களாகித்
துவண்டு கிடக்கும் எம் மனது
எனநினைத்தாயோ?

பொத்தல்களில் தெறித்த
உன்பொறாமைத் துளியைச்
சொட்டு நீர்ப் பாசனமாக்கி
கவிதை மொழியை
அறுவடை செய்ய
விரிந்து பரந்திருக்கிறது
புத்தி

வா!
இந்த முறை
உனை
இரணக் கிறுக்கல்களாக்க
என்னிடம் பூமாரங் இருப்பதை
யுத்த நேர்மையோடு
சொல்லிக் கொல்கிறேன்.
*

சொற்களில் வழியும் பெருங்காதல்

பேரன்பின் சொற்களால்
ஓவியத்தைத் தீட்டத் தொடங்கினேன்

நுதலின் உரோமங்கள்
சிலிர்த்தெழுந்தன முதல் சொல்லில்

பின்
கருங்கல் நிறக் கார்மேகத்தில் துளியும்
செவ்வானப் புலரியின் சிவப்பையும் கலந்து
பிடித்த வண்ணத்தை வரைந்தேன்

செம்போத்தொன்று
இறக்கை முளைத்து
உயிர்பெற்றுப் பறக்க எத்தனித்தது

தன் பிரியங்களைக் கொட்டி
கட்டியிழுக்கும்
அகத்திணைப் பாடலொன்றின்
நெடிய ஆலாபனையுடன்

ததும்பி வழிகிறது
பெருங் காதல்.
*

டெட்ராய்டு நதி

இளமையின் வேகத்தோடு
அலையெனப் பாயும் நதியில்
வெண் குருகுகளும் வாத்துக்களும்
முக்குளித்தெழும்

கண்களில் நீர் பனிக்கக்
கனவுகளைச் சுமந்து ஓடுகிறது
டெட்ராய்டு
நதி

அன்றாடம் வந்து போகின்ற
மோட்டார் படகுகளின்
நெரிசலில்
அங்கலாய்க்கிறது மூச்சுத் திணறலென

நீர் மின்னோட்டச் சுழிகளில்
அரணமைத்துத் தன்னை
எட்டி நின்றே
இரசிக்க அனுமதிக்கிறது
மனித இனங்களை

இருப்பினும் நச்சுக் கழிவுகளில்
தன் நிறமிழந்து தவிக்கின்ற நதி
ஆழப் பெருமூச்சு விடுகிறது

வண்ண ஒளி கழுத்தாரமிட்டு
ஓரங்களை அழகு படுத்தி
துப்புரவாய் வைத்திருக்கும்
நகரத்தை எண்ணி
மகிழ்ச்சியடைய முயல்கிறது

உயிர் இருக்கும் வரை ஓடித்தானே
ஆகவேண்டுமென்ற கட்டாயம்
மெல்லத் தேற்றிக்கொள்கிறது

நான் மீளாத் துயரில்
அழும் பொழுதெல்லாம்
ஒரு சொட்டுக் கண்ணீர் சிந்தி
தன் துயர் சொல்லி ஆறுதல் சொல்கிறது
டெட்ராய்டு
நதி.
*

ஆயுதம்

பொன்னிற மாலையில்
முற்றத்து மரத்தின் கீழ்
இளைப்பாறுகிறேன்

நிராசைக் கசடுகளின்
சலிப்பு மூச்சுகள்
புயலாகும் பொழுதில்

உயிரணுக்களெழுந்து
நினைவுகளை உழுகின்றன

மாயவேடமிட்ட
வஞ்சக பிம்பத்தின்
நிழல்
எம் கண்முன்னே

கன்னங்களில் தாம்பூலச் சிவப்பு
செஞ்சூரியனுக்குப் போட்டியென
கோபத்தின் குறியீடாய்

காறி உமிழ்கிறேன்
கடந்த காலத்தின் முகத்தில்
தெறிக்கிறது
கசடுகளின் எச்சங்கள்

அக்கணத்தில் பிரசவமான
தேவதை மீது பேரன்பைத் தூவி
காவலிட்டேன் மன வாயிலுக்கு

சில நொடிகளில்
மழைப்பேச்சு சில்லென்று

நெஞ்சாங்கூட்டில் உதயமாகிறது
வஞ்சகத்தின் முகத்திரை கிழித்து
கணக்கை நேர் செய்யும் சூத்திரமாய்
புதியதொரு
கவிதை

கவிதை
வாளாகவும் கேடயமாகவும் முடியும்
வா என்னோடு
இனி யுத்தம் செய்.
*

காலப்பெருவிலங்கு

எதிர்பார்ப்புகள் யாவும் ஏமாற்றங்களாய்
இருப்பினும் காணுகிறேன் கனவுகளை
இரையை விழுங்கும் மலைப்பாம்பென
கனவுகளைச் சுவைக்கிறது
காலப்பெருவிலங்கு

வல்லூறுகள் தின்று தீர்த்த
பிரேதத்திலிருந்து வழியும் குருதியென
வழிகிறது மரணித்த கனவுக் குருத்துகளின்
இளஞ்சூட்டுக் குருதி

அவை உயிர்விட்ட கணங்கள்
கல்வெட்டு வடுக்களையும்
மரித்தலின் வேதனையையும்
ஏற்படுத்திய நிமித்தங்கள் எனக்குள்

தொடர்ந்து இழக்கிறேன்
காலத்தின் வெறியாட்டத்திற்குக்
காவு கொடுப்பது மட்டும்
நிற்பதாயில்லை

குறிஞ்சி மலரென முகிழ்க்கும்
கனவொன்றை விழுங்க
என் முன்னே
நாக்கைத் தொங்கப்போட்டுப்
பெருவிலங்கெனக் காத்திருக்கிறது
காலம்.

*

நினைவுகளின் முரண்

இளைப்பாற மரமின்றி
கடல் மீதில்
பறக்கும் குருகின் தவிப்பு

ஆழ்கடல் அலையில்
திசைமாறிய படகு

கடைசி இலையை
உதிர்த்த மரத்தின் கண்ணீர்

இப்படித்தான் கழிகிறது
உனது இருப்பை இழக்கும்
எனது இரவுகள்

அவ்விரவுகளில்
வளரும் பசலைக்கொடியாக
உனது நினைவுகள்.
*

குத்தகைக்கு எடுத்த முத்தம்

எழும்போதே முத்தங்கள்
கன்னங்களில்

அப்படி இப்படியெனக்
கடக்கையிலெல்லாம்
அணைப்பின் முத்தம்

பூனைக்குட்டியாய்
உரசிப் பதிக்கும் எச்சில் முத்தம்

தகிக்கும் வெக்கையின் உச்சம்
தணிக்கும் குளிர்ந்த கூழாய்
சில்லென்ற முத்தம்

வாடைக் காற்றில்
பறக்கும் இறகாய் முத்தம்

எத்தனை கொடுத்தாலும்
தீராத வட்டிக் கடனாய்
நிலுவையில் ஓராயிர முத்தங்கள்

எனக்கும்
மகளுக்குமிடையேயான
முத்தங்கள்
ஆயுட் கால குத்தகை.

*

அன்பின் அசரீரி

வெப்பம் தகிக்கும்
கொடும் பகல் நாள்
இன்னும் தகிக்கிறது
தந்தையின் மரணத்தில்

அனலில் பொசுங்குகிறது
கண்ணீருக்கு உதவாத கடலின் நீர்

அச்சுறுத்துகிறது
ஆதிப் பெரு விலங்கின் தடத்தையும்
ஏப்பம் விட்ட காலம்

விதியைப் பழித்துக்கொண்டே
கவிந்த முகத்தினில்
குரல் விம்முகிறது

சட்டெனப் பாலைவனக் காற்றாய்
மெல்லிய தீண்டல் செவியில் அறைகிறது

உன்னோடுதான் இனியென்று
அசரீரியாய் தந்தையின் குரல்

எங்கிருந்தோ
காகமொன்றின் கரைதலில்
தந்தையன்பு
பிசிறின்றி கேட்கிறது.
*

தனிமையைத் தொலைத்தல்

உறக்கம் வருகையில்
திறக்கிறது பழைய கதவு

மௌனத்தால் திறக்கத் திறக்க
கசிகின்றன மனப்பாறையிலிருந்து
உயிர்மூச்சை இறுகப்பிடித்தபடி
உறைந்திருக்கின்ற நினைவுகள்

மெல்ல மேலெழுகின்றன
ஹீலியம் நிரம்பிய பலூன்களாய்

காற்றில் அசைந்தாடியபடியிருக்கும்
நினைவுகளில் ஒன்று
மரக்கிளையொன்றில் சிக்கி
மையம் கொள்கிறது

வேரோடு நீராய் நீ
எஞ்சிய என்னில்
துளிர்க்கிறது பச்சையம்

மெல்லப் பரவுகிறது நெஞ்சகத்தில்
பெரியதொரு காடு

அன்றைய இரவில்
தொலைத்து விடுகிறேன்
தனிமைத் துயரங்களை
விருப்பமுடன்.
*

ஆறாம் திணை

வட்டுப் பொந்தில் வசிக்கும்
சோடிக் கிளிகளின் காதல் களி

கவடுகளில் கழிந்துவிட்டுப்
போன குருவியின் எச்சம்

மாசிக்குளிரில் குளித்து
ஈரஞ்சொட்டும் இலைகள்

பிறை நுதலின் அடியில் மிளிரும்
துளிர்த்தப் பச்சையம்

கைத்தேர் தச்சனின் லாகவம் தோற்கக்
கட்டிய தூக்கணாங் குருவிக்கூடு

உலாவித் திரியும் காற்றில்
உருகி உறையும் உடல்

ஏதுமில்லாமல் கழிக்கிறது
ஆறாம் திணையில்
தன் இருப்பை

வாஸ்து மூலையிலும்
சூழலுக்குப் பசுமையும்
தருவதற்காய் வரவழைக்கப்பட்ட
தொட்டிச் செடியொன்று.

*

நிராசைகளின் கசடு

இருளைக் கடைந்து
கொண்டிருக்கின்றது இரவு

அசம்பாவிதச் செய்தி தந்த
நகரத்தின் அதிநவீன மருத்துவமனைக்குச்
செல்ல வேண்டியிருக்கிறது

தேன் தடவிய நஞ்சுமிழும்
நாக்குகள் கக்குகின்றன
சம்பிரதாய விடயங்களை

மாதக்கணக்கில் மாத்திரைகளால்
ஊறி அழுகிய பிணவாடையை
சம்பங்கிப் பூமாலையின் வாசனையோடு
கடந்து விடுகிறேன்

பிரேத நெடி வீசும்
பணம் தின்னும் கழுகுகளை
கடக்க வழி ஏதுமற்று
வங்கி இருப்பு
செல்லரிக்க ஆரம்பமாகின்றது

இரசீது அறையில்
இறுதிச் சடங்கிற்கு
விறகு பற்றித் துளி கவலையுமின்றி.
*

ஏழாமறிவு

முன்னிரவில் கைப்பேசியென்பது
விரும்பிய விளையாட்டு பொம்மையாகிறது

கண்களுக்கு ஓய்வு வேண்டுமென்ற
அகத்தின் கூக்குரல்கள்
மோதி உடைகின்றன
காதறுந்த செவிகளில்

மின் விளக்குகள் கூசுவதாய்
இருண்மையின் இரவில்
தொலைந்து விடுகிறேன்
என் இரவின் நீளத்தில்

மின்கலம் இழந்தும் உறவாடிய கைப்பேசியை
மீண்டும் உயிர்ப்பிக்கப் பிரியாவிடை
கொடுத்து
உறக்கத்தில் ஆழ்கிறேன்

திடீரென கைப்பேசி அழைப்பொன்று வர
கேட்கத் திராணியற்று கையிலெடுக்கிறேன்
அசம்பாவித செய்தியை
அறிவிக்கக் கூடாதென
உருக்கும் அமிலமென
உள்ளிறங்குகிறது
தகப்பன் இறந்த செய்தி

கண்ணீருடன்
வெறுக்கின்றேன் இவ்வாழ்வினை
ஏழாமறிவு கொண்டு.

*

வீணான நேரம்

கவடுகளில் காந்தும்
குறுநடைப் பேடையொன்றின் கூவலில்
ஒரு குறுந்தொகைப் பாடலில்
இழைகிற காதலுடன்
பாறையில் உருகி வழியும் அவளது
நெய்யான குரல் உனக்காய்
கழுகொன்று தவறவிட்ட எச்சமென
முகம் சுளித்து முற்றுப்புள்ளி வைக்கிறாய்
உனக்காய் செலவிட்ட
கணங்களை ஒதுக்கியிருக்கலாம்
குறைந்தபட்சம் நட்சத்திரங்களை
எண்ணியிருக்கலாம்
அல்லது
தூக்கணாங் குருவிக்கூட்டின்
நுட்பத்தை ஆராய்ந்திருக்கலாம்.

*வெள்ளி வீதியார் உவமை - பாறையில்
உருகிவழியும் நெய்.
*

ஒரு சொல்

நிழலை ஒதுக்கி நீள்கின்ற
நண்பகலின் வெக்கை

யௌவனத்தின் ஒப்பனை கலைந்து
சருகுகளை உதிர்க்கின்ற மரம்

காலம் குறித்துக் கவலையற்று
கிளைமாறும் அணில்

வியர்வைக்கு அகப்படாமல்
அடகு சென்ற காற்று

அவசரமெனினும்
அரிதாரம் மறக்காத மனிதர்கள்

இத்தனைக்கு மத்தியிலும் கிடைத்திருக்கிறது
உணர்ச்சிமயமான
ஒரு சொல்

ஆகையால்
வாழ்ந்துகொண்டிருக்கிறேன்
நான்.
*

கறைபடிந்த மனங்கள்

கண்கள் ஒன்றுடன் ஒன்று மோதக்
கதைத்துக்கொள்கின்றன
மௌன மொழியில்

இதயங்கள்
கண்ணீர் விட்டுக்
கதறி அழுகின்றன
சுயகௌரவம் பாம்பின்
விஷநாக்கு அலைகிறது

இதைக்கண்ட
வெறி பிடித்த
மிருகமொன்று கூச்சலிடுகிறது
வன்மம் தலைக்கேறி

கனவுகளைக் கலைக்க
பணப்பேரம் நிகழ நடுச்சாமத்தில்
அரளி விதைக்கு இரையாகி
எரிக்கப்படுகின்றன
வெவ்வேறு மாயனத்தில்

ஆற்றில் அஸ்திகள்
கரையக் கரைய
இணைகின்றன
கறைபடிந்த மனங்களால்
உடைந்த
இரண்டு இளந்தளிர் இதயங்கள்.
*

ஓர் இரவின் எச்சம்

தனித்த பெருவெளியில்
சிதறிக் கிடக்கின்றன
உன் நினைவுகள்

சிறிது சிறிதாய் நொடிகளைத்
தன் பசிக்கு இரையாக்கும் இரவில்
உனது இதழ்களுக்குள் சிக்கிக் கிடக்கும்
சொற்களைக் கேட்க ஆவலாகிறேன்

உனது வசீகரிக்கும் வார்த்தைகளின்றி
இரவாட்டம் போடுகிறது
என்னிலிருந்து விலகி நிற்கும்
மனது

அன்றொரு நாள்
நீயும் நானும் வேறாயென
கசியவிட்ட அணுக்கச் சொற்களில்
ஏதேனும் மீதமிருந்தால் சொல்

உன் வார்த்தைகளுக்குத்தான்
நன்றாகத் தெரியுமே
இரவுக்குள் என்னை
எப்படி ஒளித்துவைப்பதென்று.
*

சும்மா இரு

வியக்கிறேன்
அகன்ற பிரபஞ்சத்தில்
எதிர்கொள்ளும் பேரிடர்களை

முளைக்காத சிறகுகளால்
பறக்கிறேன்
சாலைக்குக் கொணர்கிறேன்
எல்லையில்லாத வானை

எதிர்நீச்சலாகிறேன்
அலையில்லாத கடலில்

வளைந்தோடும் பாதையில்
நடையாகிறேன்

இப்பொழுது
"சும்மா இரு" அதட்டுகிறாள் ஔவை

முட்டி மோதி போர்வையினுள்
முடங்குகிறேன்
பேருறக்கம்

அந்நொடியில்
அண்டப் பெருவெளியிலிருந்து
ஒரு துளி ஆற்றல்
இறங்குகிறது என்னுள்
பெருமழையென.
*

பேரன்பினில் காணாமல் போதல்

காலம் கேசத்தில்
நரையைக் கிறுக்க ஆரம்பித்திருக்கிறது

இருப்பினும்
நுண்ணிய இழைகளால்
பிணைந்திருக்கின்றன
நேசங்களின் சொப்பனம்

ஒட்டிக்கொண்டிருக்கும் பிரியங்களை
உரியவரிடத்தில்
ஒப்படைக்க வேண்டுகிறேன்

ஆகாய வெளியில் பறந்தெழுந்து
ஆழியைக் கடந்து சந்திக்கின்றேன்
பிரபஞ்சத்தின் மறு கோடியில் உன்னை

பேரண்ட இசை
உணர்வுக்காட்டின் பெருமழையாய்ப்
பொழிகிறது என்னுள்

கண்களின் லிபிகளில்
உளறுகின்றன பெருமூச்சுகள்

பேரன்பினில் காணாமல் போதலே
வாழ்வைக் கண்டெடுக்கும்
தருணங்களென்று.
*

எந்திர மனதிற்கு முளைக்கும் சிறகுகள்

நாளின்
பெரும் பொழுதுகளைத்
தின்று தீர்க்கும் பணிச்சுமை

ஆயிரம் எதிர் வினாக்களை
வைத்திருக்கும் மகளுக்கு
"சொன்னதைச் செய், நேரமாகுது"
என்கிற ஒற்றைப் பதில் வைத்திருக்கிறது
எந்திர மனது

மீறும் வினாக்களுக்கும்
ஒரு குதிரையின் வன் கனைத்தலோடு
விடையளிக்கிறேன்

வேலைக்குச் செல்லும் அவசரத்தில்
சமாதானமாக
கன்னத்தில் முத்தம் பதிக்கிறாள்

எந்திர மனதிற்கு முளைக்கின்றன
இரண்டு சிறகுகள்.
*

முரண்

இந்தக் கடனை எந்தப் பிறவியில்
அடைக்கப் போகிறேன்?
எனக் கேட்கிறாள்
தினம் இரண்டு முத்தமாகக் கொடு
அடைத்துவிடலாம்
என்கிறான்
அவள் நம்பியிருக்கக்கூடாது
முத்தங்களில் கடன்
இன்னமுமாக வளர்கிறது.
*

மாச்சரியக் காதகன்

புதிது புதிதாய் வரும்
முகவடிகளைப் போல
இன்னதென்று யூகிக்க இயலாத
முகபாவங்களணிந்து

குருதியைச் சுவைத்துண்ணும்
அட்டைப்பூச்சியெனச்
சக்திகளை உறிஞ்சிவிட்டு

மலர் வளையம் வைத்து பேருக்கு
அஞ்சலி செலுத்தும்
நபராயிருக்கும்
அதனிடத்தில்

வெடிக்கும் ஒரு கேவலுடனும்
இருசொட்டு கண்ணீருடனும்
சிறகசைத்து இறகெனப்
பறக்க வேண்டுமென
யாசிக்கத் தடுக்கிறது
கையேந்தி

யாரந்த மாச்சரியக் காதகனென
அண்ணாந்துப் பார்க்க
நிற்கிறது எனது அகவெளியே
எனக்குப்
பிரதிவாதியாய்.

*

கவிதைக் காத்திருப்பு

அலுவலக நேரத்தில்
கவிதையொன்று
கண்ணாமூச்சியாடுகிறது

மனதில் நுழைவதை
வெளியே விரட்டுகிறது
அதிகாரக் கூக்குரல்

ஆற அமர உட்கார்ந்து
எழுதத் தயாரகையில்
ஓடுவதும் ஒளிவதுமாய்
அலைக்கழிக்கிறது

எப்படியும் வசப்படுத்திட
முயலுகையில் தேடுகிறது
நள்ளிரவின் உறக்கம்

கவிதையோடு உரையாடத்
தேவையாகிறது
ஊடலுடன் உறைந்த
தனித்த பெருவெளி

அந்தக் கவிதையை எழுதிடக்
காத்திருக்கிறேன்
வெகுகாலமாக.

*

அகப்பையில் நிறையும் அன்பு

பூசணி வத்தல்கள்
கோலங்களாய் வரையப்படுகின்றன
மொட்டை மாடியடைத்து

வடு மாங்காய்களுக்கு திடீரென
கிராக்கி ஏறிவிட்டது
ஊர்ச் சந்தையில்

தோட்டத்துத் தென்னையில்
நிறைய இளநீர் காய்க்க வேண்டுமென
நேர்ந்துகொள்ளப்பட்டு
உடைபடுகின்றன தேங்காய்கள்

பேச்சு வாக்கில் கோடை விடுமுறைக்கு
ஊருக்கு வருகிறேன்
எனச் சொல்ல

அம்மா பெரியம்மாக்களின்
அன்புகள் அத்தனையும்
உருமாறுகின்றன
அகப்பையை நிறைக்கும்
அமிர்தங்களாய்.
*

களங்கமற்ற ஒரு முத்தம்

சாகசங்களும் சாமார்த்தியங்களும்
வேட்டை நாய்களாய்த் துரத்தும்
கயவர்களின் திரிசமன்களால்
காற்றில் அலையும் பட்டமாய்
ஊசலாடுகிறது மனது

சாத்தானின் நஞ்சுமிழும்
நாக்கின் வீச்சுகளுக்கு
இரையாக எத்தனிக்கிறது

வார்த்தைகளால் ஆற்றுப்படுத்தி
களங்கமற்ற முத்தம் பதிக்கும்
அவனின்
மெய் நிகர் தொடுகையில்
கர்வமாகி

சவால்களைச் சமாளிக்கத்
தயாராகினேன்
தனித்து வரும்
ஒற்றை யானையின்
பலத்துடன்.
*

முற்றுப்பெறாத பிரியங்களின் எச்சங்கள்

வானம் பிசுபிசுத்தபடியிருக்கும்
மாலை மழைப் பொழுதொன்றில்
பேருந்து நோக்கி ஓடுகிறேன்

பிஞ்சொன்று பின்னலையிழுத்து
முத்தமிட்டது என் கன்னத்தில்
அதன் கையில் அவசரகதியில்
நான் தவறவிட்ட கைப்பை

சில்லென்ற ஈரத்தையும் மீறி
நினைவுபடுத்தியது
முன்பொருநாள் மழைப்பொழுதில்
அவசரத்தில்
நீ முத்தமிட்டபோது
உன் உள்ளங்கையிலிருந்த
கைப்பையளவு வெப்பம்.

மனமெனும் நாட்குறிப்பில்
தினம் நம்மைப் பற்றிய
நினைவுகளே அச்சிலேறுகிறது

ஒவ்வொரு தனிமையிலும்
உள்ளிழுத்து வெளியிடும் சுவாசம்
நாட்குறிப்பின் பக்கங்களில்
உன் நினைவுகளை வீசுகிறது

அதில் படபடக்கும் காகிதங்களை
நின்று வேடிக்கை பார்க்கிறது
கீழ்திசைக் காற்று.

சன்னலோரப் பயணத்தில்
கடலலை மிதவையாய்
தத்தளிக்கிறது மனது

பிரத்தியேகப் பார்வைகள்
பகிராத முத்தங்கள்
பரிமாறப்பட்ட தருணங்கள்
என நீளும் நினைவுகளின்
பாதியிலேயே
நிறுத்தம் வந்துவிட

உன்னைப் போலவே
உன் நினைவுகளும்
அரைகுறையாய் என்னை
இறக்கிவிடுகின்றன.
*

மௌனத்தின் எச்சரிக்கை

கால் மிதியடியில்
அழுக்கைத் துடைக்கின்ற
அலட்சியத்துடனோ
துணையிழந்த ஒற்றைச் செருப்பைப்
புறக்கணிக்கும் பாவனையுடனோ
என்னை முறியடிக்க
மதம் பிடித்த யானையின் இயல்புடன்
எதிர்கொள்கிறாய்

கேளிக்கை விளையாட்டில்
பயணிக்கும் மாயையிலிருந்து
என்றேனும்
கீழிறங்கி வருவாய்
என்னிடம் நீ

அலைகளைப் புறந்தள்ளும்
ஆழ்கடலின் மௌனம் போல
உன் ஆணவத்துக்கு
எதிரான
அப்போதைய என் மௌனம்
எதனினும்
வன்முறையானது.
*